GURMUKHI
PUNJABI
TEACHER

A-Z Plus

ਪੰਜਾਬੀ ਗੁਰਮੁਖੀ

पंजाबी गुरुमुखी

پنجابی گورمکھی

Prof. Ratnakar Narale
Sunita Narale

Ratnakar
PUSTAK BHARATI
BOOKS-INDIA

Author :
Dr. Ratnakar Narale
B.Sc. (Nagpur Univ.), M.Sc. (Pune Univ.), Ph.D. (IIT), Ph.D. (Kalidas Sanskrit Univ.)
Prof. Hindi. Ryerson University, Toronto
web : www.books-india.com email : books.inidia.books@gmail.com

Sunita Narale
B.A., Punjab University

Book Title : **Gurumukhi Teacher ਗੁਰਮੁਖੀ ਟੀਚਰ**

This methodical and nicely illustrated book is based on extensive **R&D**, Effective Techniques and Improved Ways beneficial to the Readers to give them proper return for their investment of Time and Money. The Vocabulary and Illustrations are selected carefully to offer a window to the topics. You will not find such contemplative and innovative work in any Punjabi-Gurumukhi learning book. Read each word of this book and your success is assured. This book is designed to learn **GURUMUKHI**, but you may learn **Punjabi** too.

Wholesale/Retail Enquiry Contact :
Ingram, Baker & Taylor, Amazon, Barnes and Noble, Books-India or any other International Book Distributor.

Published by :
PUSTAK BHARATI (Books-India)
Division of PC Plus Ltd.

FOR :
Sanskrit Hindi Research Institute, Toronto

ISBN 978-1-897416-96-9
90000
9 781897 416969

ISBN 978-1-897416-96-9

INDEX

	INTRODUCTION	iv
	Punjab, at the center of the earth (World Hindu Population)	v
	The Indian States and Sikh Population	vii
	The Glorious State of Punjab	viii
	Ratnakar Books	ix
	Understand this before you begin	x
LESSON 1	The GURUMUKHI Hindī Alphabet	**1**
LESSON 2	Speaking Punjabi Characters	**5**
LESSON 3	Reading and Writing GURUMUKHI	**8**
LESSON 4	GURUMUKHI Accent Marks	**38**
LESSON 5	The Punjabi-Gurumukhi Pictorial Dictionary	**78**
LESSON 6	Reading Punjabi-Gurumukhi Literature	**91**
	Vidhata Singh Teer	**91**
	Bhai Veer Singh	**101-108**

THIS BOOK IS DESIGNED TO LEARN

READING and WRITING

GURUMUKHI

But

YOU MAY LEARN

PUNJABI VOCABULARY TOO

OTHER EDUCATIONAL BOOKS by RATNAKAR NARALE

ੴ ਸਤਿਗੁਰ ਪ੍ਰਸਾਦਿ ॥
North York Sikh Temple
2400 Finch Ave. West, North York, Ontario M9M 2C8 • Tel: 41-741-5029
Ont. Reg# 1101011 Charity # 89415-1935-RR0001

Sept 20, 2015

Whom it may concern:

Prof. Narale is popular for his outstanding Language learning books. His books are well known for their systematic methodology and unique presentation. He has written books for learning several Indian Languages and they are all hit on amazon. We viewed his well written new book "GURMUKHI TEACHER" with great pleasure. The color coded material is nicely put together with lots of valuable information.

His presentation of Punjabi language and Sikh culture on the world stage is unique and impressive. We are sure this book will be an ideal source material for Learning and Teaching Gurmukhi for those who live in English speaking countries. Its lucid teaching techniques and colorful presentation makes it attractive for both teachers and students. We heartily congratulate him for the painstaking work and we are happy to recommend this textbook to Gurmukhi learners and teachers.

Gurdev Singh Mann
President
416-881-2000

P.S. Pandhi
Puran Singh Pandhi
Vice President
905-789-6670

It is not official without stamp

INTRODUCTION

Language is the key to teach CULTURE to the children. Punjabi, or any other Indian languages, has culture integrated in it. The author of the GURUMUKHI SCRIPT learning book must use each step of his teaching to incorporate Punjabi expressions and vocabulary in the lessons, exercises and examples.

This methodical book is based on extensive **R&D**, Effective Techniques and Improved Ways beneficial to the Readers to give them proper return for their investment of Time and Money. The book begins with simple primary steps and moves forward with **Authentic EXAMPLES** coupled with **Progressive Exercises** suitable to each context to bring home the topic being discussed. The Vocabulary and Illustrations are selected carefully to offer a window to the topics, as used in Real Life Situations. You will not find such contemplative and innovative work in any Punjabi learning book. This fully illustrated and aim oriented book is available at Ingram, www.amazon.com and many other international book distributors.

This book addresses need of all age groups. The learning is done through innovative patterns and exercise. The book is written with Step-by-Step methodology and designed to approach innovative way of teaching and self-learning Gurumukhi language. The material is nicely put together with a variety of valuable information for user friendly learning.

English language does no have exact equivalents for lots of the Punjabi characters. For this reason, in this book, Hindi equivanents are given for those Punjabis who can read Hindi, the National Language of India.

You are about to discover in this book a wholly novel technique of learning and teaching Punjabi, which you have never seen before, even if you already know or teach Punjabi. Please give it a try. Please follow the instructions to assure your success.

Even if you JUST READ EVERY WORD of this book, patiently and thoughtfully, you will be able to read Punjabi writings and understand GURUMUKHI words and sentences with confidence.

Ratnakar
Sunita

Shrī Guru Nānak Dev Jī, Aadi Guru

Aptil 15, 1469 (Shri Nanakna Sahib, Talwandi) - Sept 7, 1539 (Shri Kartarpur Sahib)

Father : Mahta Kalyan Das Bedi

Mother : Mata Tripti ji

Sons : Baba Shri Chand ji, Baba Lashmi Das ji

PUNJAB, AS THE CENTER OF THE EARTH

SIKH POPULATION OF THE WORLD

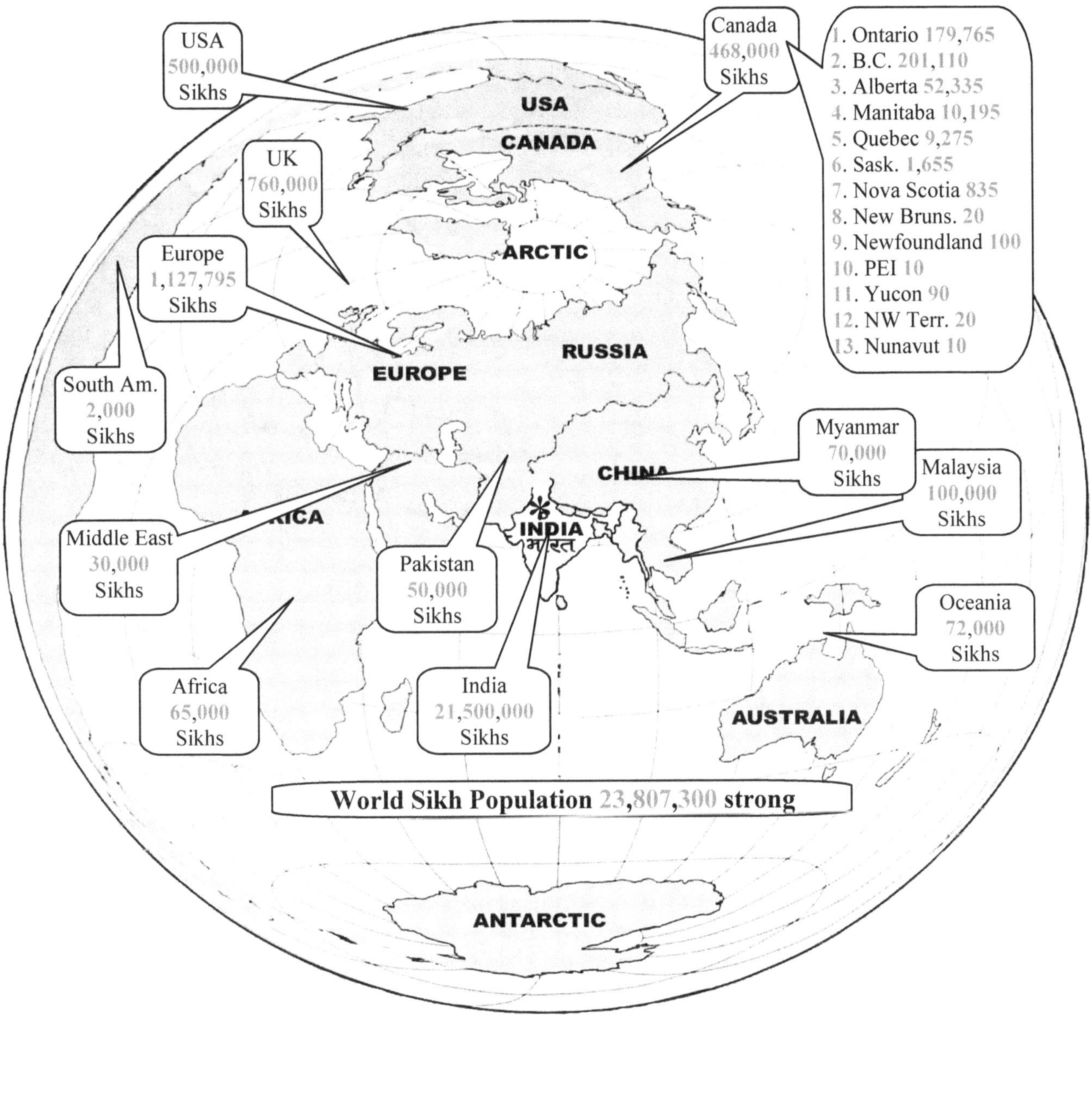

The Indian States and their Sikh Population

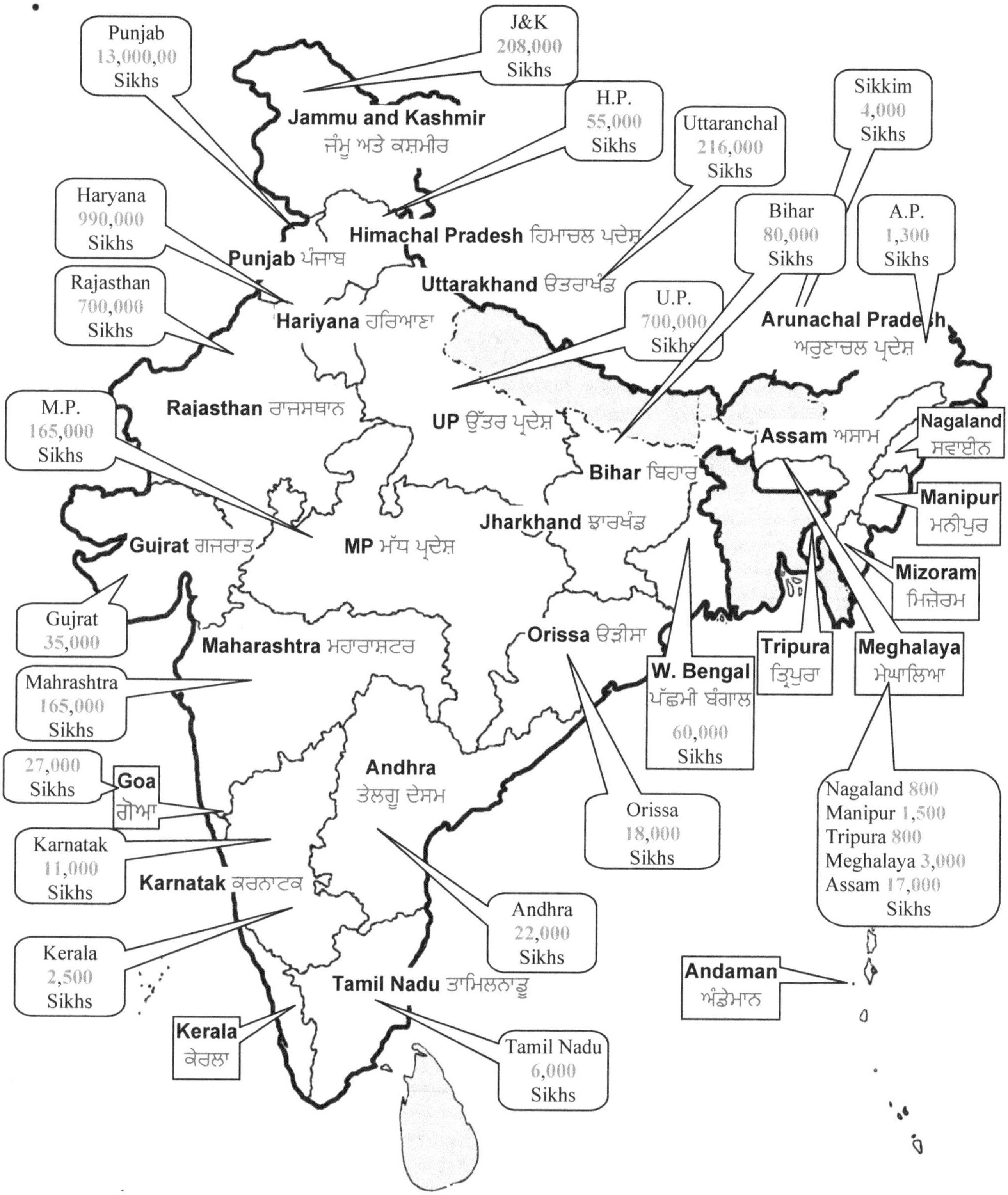

India's Sikh Population 21,500,000 peaceful

Our Glorious Punjab State

ਸ਼ਾਨਦਾਰ ਪੰਜਾਬ ਪ੍ਰੋਵਿੰਸ

UNDERSTAND and REMEMBER THIS BEFORE YOU BEGIN

A unique, but important, aspect of this book is the upgraded and innovative *transliteration,* which will produce the most authentic Punjabi sounds through modified English letters. Study the comparative examples given below and learn our improved method for your benefit.

TABLE 1 : Use of letters ā, ī, and ū

Letter	Sound	Punjabi	Common	In this book
ā	Aa	ਮੇਰਾ ਨਾਮ ਕਾਕਾ ਹੈ	Mera nam kaka hai	merā nām kākā hai
ū	oo	ਸੂਰਜ ਦੂਰ ਹੈ	Suraj door hai	sūraj dūr hai
ī	ee	ਨਦੀ ਦਾ ਪਾਣੀ	Nadee da panee	nadī dā pāṇī

TABLE 2 : Writing the **NASAL SOUND** with ̐ sign in English Transliteration

Rule : The ̐ sign gives a NASAL SOUND to the letter under that ̐ sign.

(e.g. ਹਾਂ = ā̐, ਨੂੰ = ū̐)

Punjabi	English	Common	In this book	Hindi
ਹਾਂ	Yes	han	hā̐	हाँ
ਮੈਨੂੰ	To me	mainun	mainū̐	मैनुं

Come! let's learn Gurumukhi-Punjabi

ਗੁਰਮੁਖੀ ਪੰਜਾਬੀ ਸਿੱਖਣ ਆਵੋ

PLEASE READ EACH WORD OF THIS BOOK and YOUR SUCCESS IS ASSURED

LESSON 1

THE GURMUKHI ALPHABET

Gurmukhi Vowel Marks

◌ਾ	ਿ◌	◌ੀ	◌ੁ	◌ੂ	◌ੇ	◌ੈ	◌ੋ	◌ੌ
ā	i	ī	u	ū	e	ai	o	au

Gurmukhi Mukta Alphabet

ੳ	ਅ	ੲ	ਸ	ਹ	
u	a	i	s	h	
ਕ	ਖ	ਗ	ਘ	ਙ	
k	kh	g	gh	ng	
ਚ	ਛ	ਜ	ਝ	ਞ	
ch	chh	j	jh	nj	
ਟ	ਠ	ਡ	ਢ	ਣ	
ṭ	ṭh	ḍ	ḍh	ṇ	
ਤ	ਥ	ਦ	ਧ	ਨ	
t	th	d	dh	n	
ਪ	ਫ	ਬ	ਭ	ਮ	
p	ph	b	bh	m	
ਯ	ਰ	ਲ	ਵ	ੜ	
y	r	l	v	ḍ	
ਸ਼	ਖ਼	ਗ਼	ਜ਼	ਫ਼	ਲ਼
sh	kḥ	gḥ	z	f	ḷ

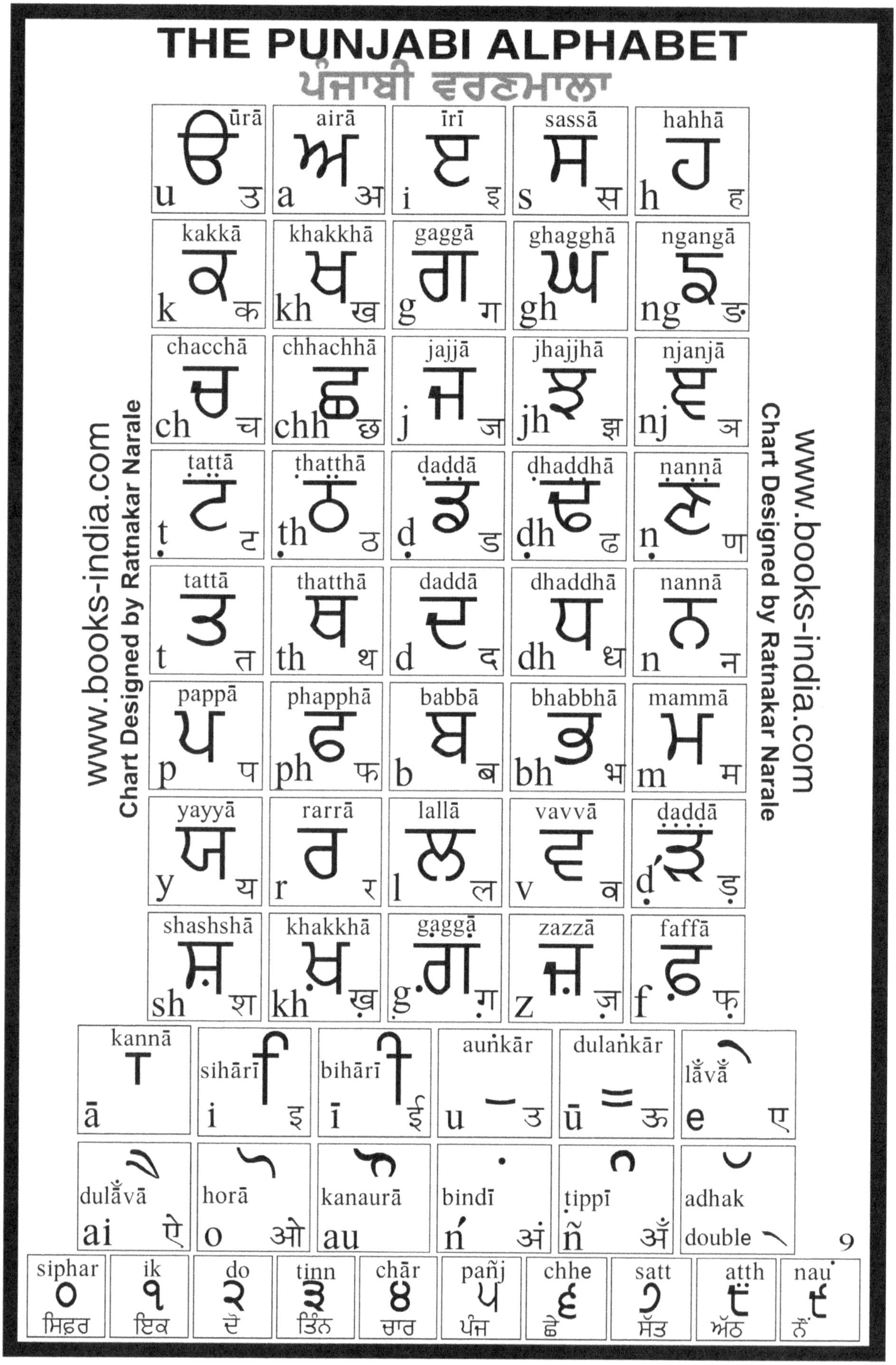
THE PUNJABI ALPHABET
ਪੰਜਾਬੀ ਵਰਣਮਾਲਾ
www.books-india.com
Chart Designed by Ratnakar Narale
ūrā ੳ u उ
airā ਅ a अ
īrī ੲ i इ
sassā ਸ s स
hahhā ਹ h ह
kakkā ਕ k क
khakkhā ਖ kh ख
gaggā ਗ g ग
ghagghā ਘ gh घ
ngangā ਙ ng ङ
chacchā ਚ ch च
chhachhā ਛ chh छ
jajjā ਜ j ज
jhajjhā ਝ jh झ
njanjā ਞ nj ञ
ṭaṭṭā ਟ ṭ ट
ṭhaṭṭhā ਠ ṭh ठ
ḍaḍḍā ਡ ḍ ड
ḍhaḍḍhā ਢ ḍh ढ
ṇaṇṇā ਣ ṇ ण
tattā ਤ t त
thatthā ਥ th थ
daddā ਦ d द
dhaddhā ਧ dh ध
nannā ਨ n न
pappā ਪ p प
phapphā ਫ ph फ
babbā ਬ b ब
bhabbhā ਭ bh भ
mammā ਮ m म
yayyā ਯ y य
rarrā ਰ r र
lallā ਲ l ल
vavvā ਵ v व
ṛaṛṛā ੜ ṛ ड़
shashshā ਸ਼ sh श
khakkhā ਖ਼ kh ख़
ġaġġā ਗ਼ g ग़
zazzā ਜ਼ z ज़
faffā ਫ਼ f फ़
kannā ਾ ā
sihārī ਿ i इ
bihārī ੀ ī ई
auṅkār ੁ u उ
dulaṅkār ੂ ū ऊ
lā̃vā̃ ੇ e ए
dulā̃vā ੈ ai ऐ
horā ੋ o ओ
kanaurā ੌ au
bindī ਂ ń अं
ṭippī ੰ ñ अँ
adhak ੱ double
siphar ੦ ਸਿਫ਼ਰ
ik ੧ ਇਕ
do ੨ ਦੋ
tinn ੩ ਤਿੰਨ
chār ੪ ਚਾਰ
pañj ੫ ਪੰਜ
chhe ੬ ਛੇ
satt ੭ ਸੱਤ
aṭṭh ੮ ਅੱਠ
nau ੯ ਨੌਂ
9

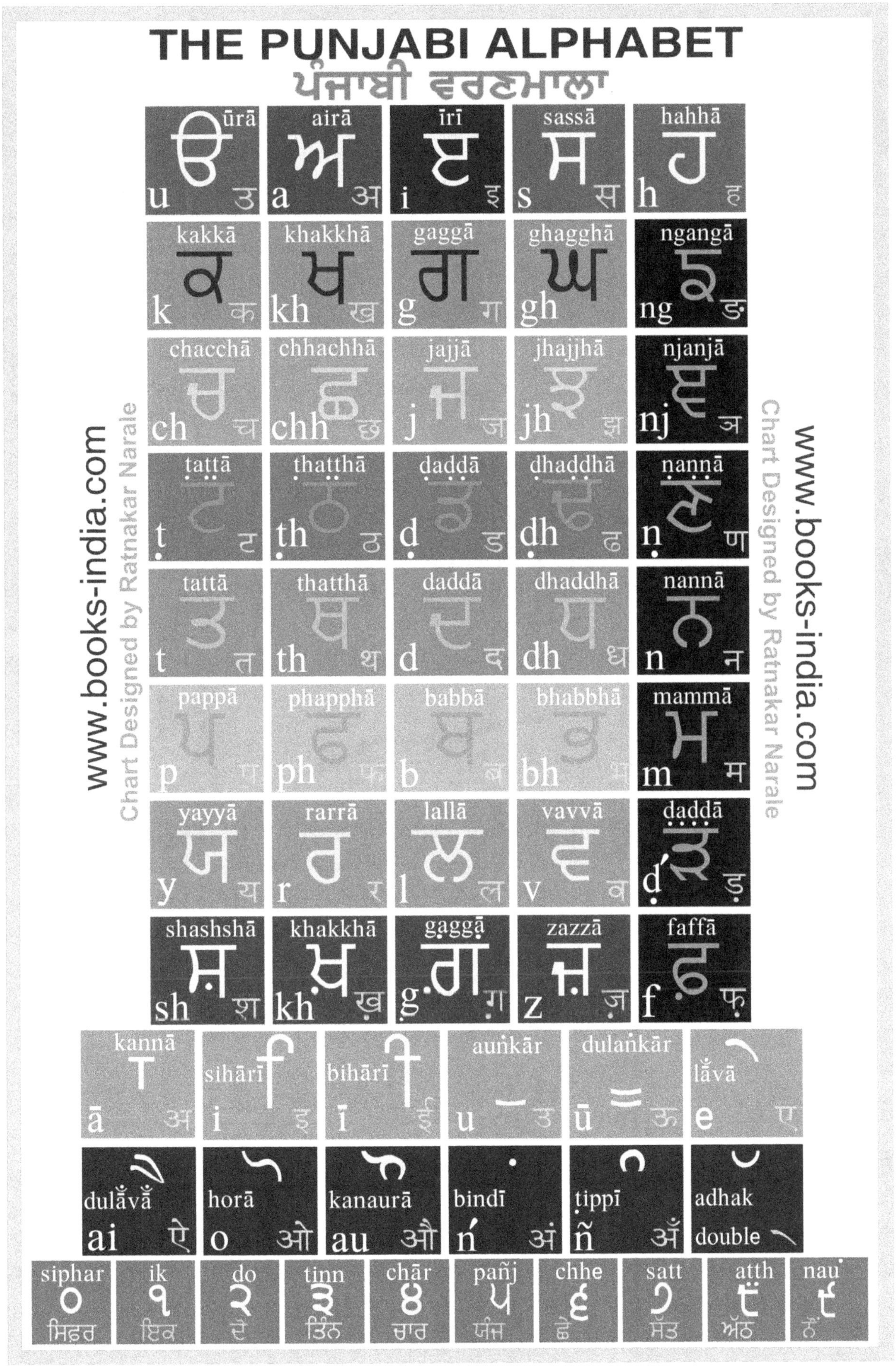
THE PUNJABI ALPHABET
ਪੰਜਾਬੀ ਵਰਣਮਾਲਾ
www.books-india.com
Chart Designed by Ratnakar Narale
ūrā ੳ u उ
airā ਅ a अ
irī ੲ i इ
sassā ਸ s स
hahhā ਹ h ह
kakkā ਕ k क
khakkhā ਖ kh ख
gaggā ਗ g ग
ghagghā ਘ gh घ
ngangā ਙ ng ङ
chacchā ਚ ch च
chhachhā ਛ chh छ
jajjā ਜ j ज
jhajjhā ਝ jh झ
njanjā ਞ nj ञ
ṭaṭṭā ਟ ṭ ट
ṭhaṭṭhā ਠ ṭh ठ
ḍaḍḍā ਡ ḍ ड
ḍhaḍḍhā ਢ ḍh ढ
ṇaṇṇā ਣ ṇ ण
tattā ਤ t त
thatthā ਥ th थ
daddā ਦ d द
dhaddhā ਧ dh ध
nannā ਨ n न
pappā ਪ p प
phapphā ਫ ph फ
babbā ਬ b ब
bhabbhā ਭ bh भ
mammā ਮ m म
yayyā ਯ y य
rarrā ਰ r र
lallā ਲ l ल
vavvā ਵ v व
ḍaḍḍā ੜ ḍ ड़
shashshā ਸ਼ sh श
khakkhā ਖ਼ kh ख़
gaggā ਗ਼ g ग़
zazzā ਜ਼ z ज़
faffā ਫ਼ f फ़
kannā ਾ ā आ
sihārī ਿ i इ
bihārī ੀ ī ई
auṅkār ੁ u उ
dulaṅkār ੂ ū ऊ
lā̃vā ੇ e ए
dulā̃vā̃ ੈ ai ऐ
horā ੋ o ओ
kanaurā ੌ au औ
bindī ਂ ṅ अं
ṭippī ੰ ñ अँ
adhak ੱ double
siphar ੦ ਸਿਫਰ
ik ੧ ਇਕ
do ੨ ਦੋ
tinn ੩ ਤਿੰਨ
chār ੪ ਚਾਰ
pañj ੫ ਪੰਜ
chhe ੬ ਛੇ
satt ੭ ਸੱਤ
atth ੮ ਅੱਠ
nau ੯ ਨੌਂ

PRONOUNCING PUNJABI CHARACTERS

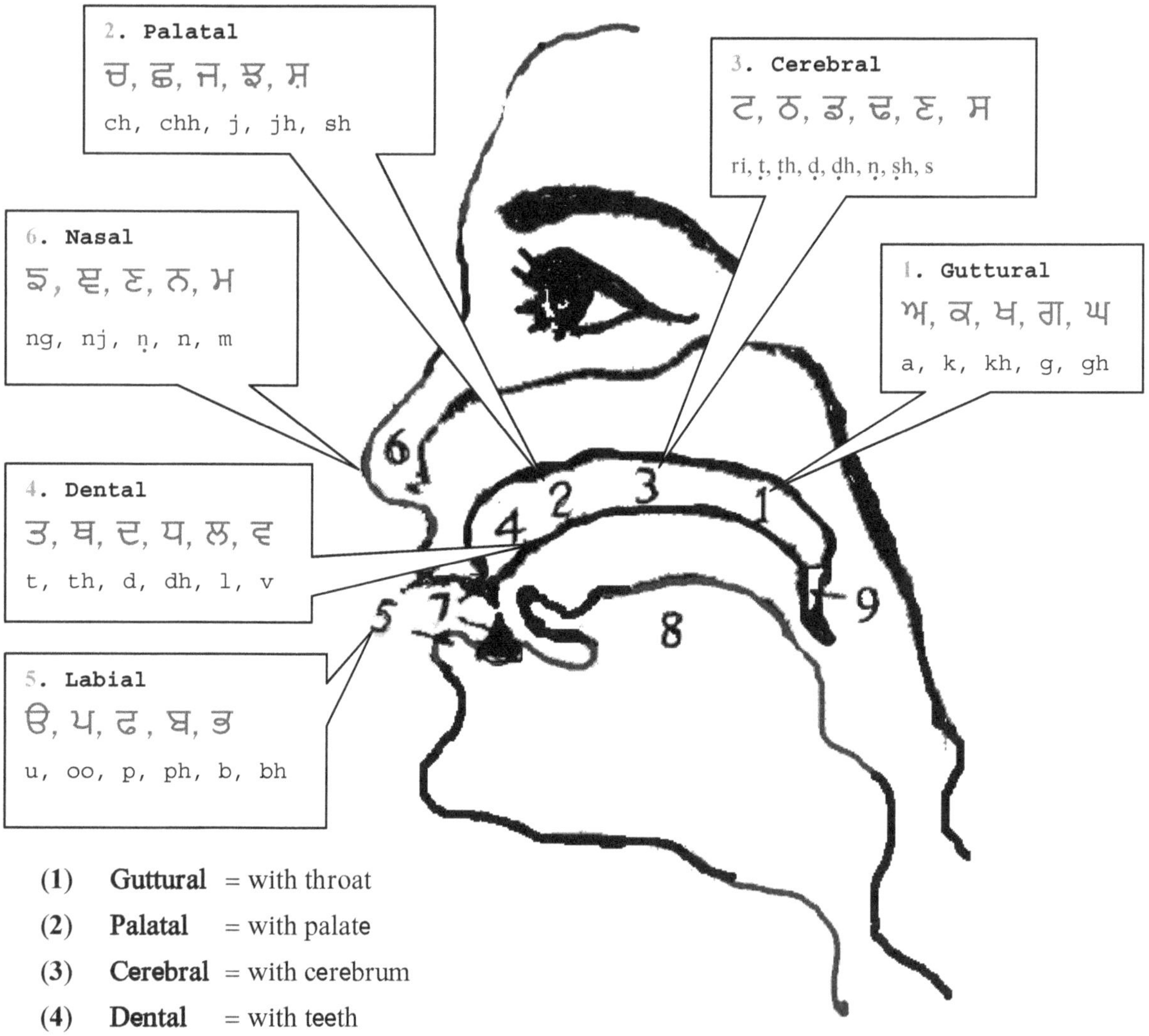

(1) **Guttural** = with throat
(2) **Palatal** = with palate
(3) **Cerebral** = with cerebrum
(4) **Dental** = with teeth
(5) **Labial** = with lips
(6) **Nasal** = with nose
(7) **Teeth,** (8) **Tongue** (9) **Uvula**

REMEMBER : PUNJABI IS A LANGUAGE AND GURMUKHI IS A SCRIPT.

PLEASE NOTE :

(i) In any Punjabi word, when written in English script, **the sound of letter 'e' (ए) is 'ay' as in Bay**, not like 'i' or 'ee' (इ, ई) as in English words Be or Bee. Therefore, the Punjabi word 'merā' (मेरा) sounds like '**mayraa**,' not miraa or meeraa. (e = ए).

(ii) Also, please note that letter "ā" indicate long sound of letter "a" for example : Rām = Raam, Raama = राम not Raamaa रामा, here "Rā" has long "aa" sound and "ma" has short "a" sound.

LESSON 2

SPEAKING THE GURMUKHI SCRIPT PUNJABI CHARACTERS

English language *does no have exact equivalents for lots of the Punjabi characters. Therefore, Hindi equivanents are given for those Punjabis who can read Hindi, the National Language of India.

Punjābī	Hindī	English, sounds as in			Punjābī	Hindī	English, sounds as in		
ਉ	(उ, उप)	ū, oo	in	moon	ਤ	(त, तक)	t	in	*Istanbul
ਅ	(अ, अब)	A	in	America	ਥ	(थ, थन)	th	in	*panther
ੲ	(इ, इक)	I	in	India	ਦ	(द, ल)	d	in	*other
ਸ	(स, सब)	s	in	snake	ਧ	(ध, धन)	dh	in	*Buddha
ਹ	(ह, हद)	h	in	hand	ਨ	(न, नल)	n	in	pant
ਕ	(क, कल)	k	in	kit	ਪ	(प, पल)	p	in	pen
ਖ	(ख, खल)	kh	in	*Sikh	ਫ	(फ, फल)	ph	in	phone
ਗ	(ग, गऊ)	g	in	good	ਬ	(ब, बल)	th	in	but
ਘ	(घ, घर)	gh	in	ghost	ਭ	(भ, भव)	th	in	*abhor
ਙ	(ङ, अङ्ग)	ng	in	*jungle	ਮ	(म, मन)	dh	in	mug
ਚ	(च, चल)	ch	in	chin	ਯ	(य, यम)	n	in	yes
ਛ	(छ, छल)	chh	in	*witch-hunt	ਰ	(र, रब)	p	in	rub
ਜ	(ज, जल)	j	in	jug	ਲ	(ल, लब)	l	in	love
ਝ	(झ, झल)	jh, dgeh	in	*hedgehop	ਵ	(व, वर)	V, w	in	Volkswagon
ਞ	(ञ, पञ्जा)	nj	in	*enjoy	ੜ	(ड़, धड़)	rr	in	*burr
ਟ	(ट, टल)	t	in	touch	ਸ਼	(श, शक)	sh	in	shop
ਠ	(ठ, ठग)	th	in	*hot-house	ਖ਼	(ख़, ख़त)	Kh	in	*Khyber
ਡ	(ड, डर)	d	in	day	ਗ਼	(ग़, ग़म)	gh	in	*ghast
ਢ	(ढ, ढल)	dh	in	*adhare	ਜ਼	(ज़, ज़रा)	z	in	*zebra
ਣ	(ण, कण)	n	in	*hunt	ਫ਼	(फ़,)	f	in	*frame

[redacted]

EXERCISE 1 : Identify the following **8** groups of Punjabi letters, grouped according to their shapes. The answer is given on next page for your help. Do this exercise several times, until you are happy.

1	ੳ	ਤ	ਭ	ਡ	ੜ	
2	ਮ	ਸ	ਸ਼	ਜ	ਜ਼	ਚ
3	ਕ	ਙ	ਦ	ਢ	ਵ	
4	ਹ	ਰ	ਗ	ਗ਼		
5	ਟ	ਣ	ੲ	ਠ	ਫ	ਫ਼
6	ਪ	ਧ	ਯ	ਖ	ਥ	ਖ਼
7	ਅ	ਘ	ਥ	ਬ		
8	ਨ	ਲ	ਝ	ਞ	ਛ	

Answer to Exercise **1** : Do the above exercise until you are comfortable reading each letter easily and quickly.

REMEMBER : PUNJABI IS A LANGUAGE AND GURMUKHI IS A SCRIPT.

1	ūrā ੳ u उ	tattā ਤ t त	bhabhā ਭ bh भ	ḍaddā ਡ ḍ ड	ḍaḍā ੜ ḍ ड़	
2	mamā ਮ m म	sassā ਸ s स	shashshā ਸ਼ sh श	jajjā ਜ j ज	zazzā ਜ਼ z ज़	chachā ਚ ch च
3	kakkā ਕ k क	ngangā ਙ ng ङ	daddā ਦ d द	ḍhaddhā ਢ ḍh ढ	vavvā ਵ v व	
4	hahhā ਹ h ह	rarrā ਰ r र	gaggā ਗ g ग	g̣agg̣ā ਗ਼ g̣ ग़		
5	ṭattā ਟ ṭ ट	ṇannā ਣ ṇ ण	īrī ੲ i इ	ṭhatthā ਠ ṭh ठ	phapphā ਫ ph फ	faffā ਫ਼ f फ़
6	pappā ਪ p प	dhaddhā ਧ dh ध	yayyā ਯ y य	khakkhā ਖ kh ख	khakkhā ਥ kh ख	khakkhā ਖ਼ kh ख़
7	airā ਅ a अ	ghagghā ਘ gh	thatthā ਥ th थ	babbā ਬ b ब		
8	nannā ਨ n न	lallā ਲ l ल	jhajjhā ਝ jh झ	njanjā ਞ nj ञ	chhachhā ਛ chh छ	

LESSON 3

READING AND WRITING
GURMUKHI SCRIPT MUKTA LETTERS

REMEMBER : PUNJABI IS A LANGUAGE, AND GURMUKHI IS A SCRIPT.

Punjabi is not a script and Gurmukhi is not a language.

Punjabi is generally written in Gurmukhi, Hindi or Urdu scripts.

ਪੰਜਾਬੀ पंजाबी پنجابی

Muktā Letter Definition : A consonant free from vowel sign is a <u>muktā letter</u> (w%esk nZyo). Literally muktā letter means, a letter free from any added voewl sign. The following are the Grumukhi script muktā letters :

(3.1) GURMUKHI MUKTA LETTERS

ਅ ਸ ਹ ਕ ਖ ਗ ਘ ਙ ਚ ਛ ਜ ਝ ਞ ਟ ਠ ਡ ਢ ਣ

ਤ ਥ ਦ ਧ ਨ ਪ ਫ ਬ ਭ ਮ ਯ ਰ ਲ ਵ ੜ

ਸ਼ ਖ਼ ਗ਼ ਜ਼ ਫ਼ ਲ਼

English language *<u>does no have exact equivalents</u> for lots of the Punjabi characters. For thia reason, in this book, Hindi equivanents are given for those Punjabis who can read Hindi, the National Language of India.

GURMUKHI ALPHABET

1. ūrā

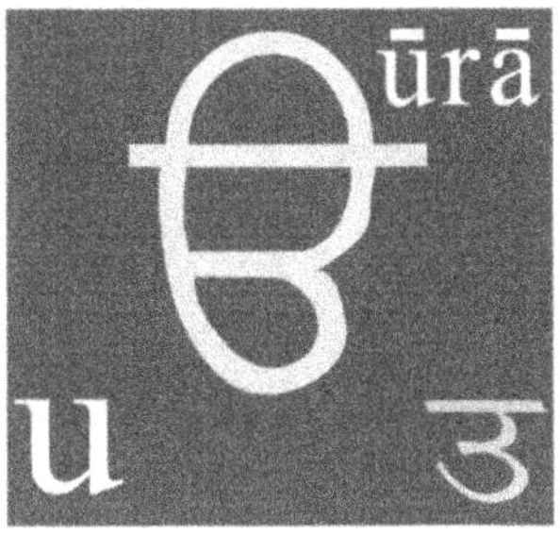

ūrā is the first letter of Gurumukhi alphabet. It is a vowel. It is comparable with English vowel short u as in put and as Hindi vowel उ as in कुत्ता. When a word begins with this vowel, the ūrā is written as letter ੳ . When ūrā comes after any consonant, the ūrā is written as the vowel sign *auṅkar* (ੁ) placed at the botton of that consonant, as in k + u = ku ਕੁ (कु)

2. airā

airā is the second letter of Gurumukhi alphabet. It is also a vowel. It is comparable with English vowel hort a as in amerikā and as Hindi vowel अ as in अब. When a word begins with this vowel, the airā is written as letter ਅ . When airā comes after any consonant, the airā is written as the vowel sign *kannā* (ਾ) placed on the right side of that consonant, as in k + a = ka ਕਾ (का)

3. īrī

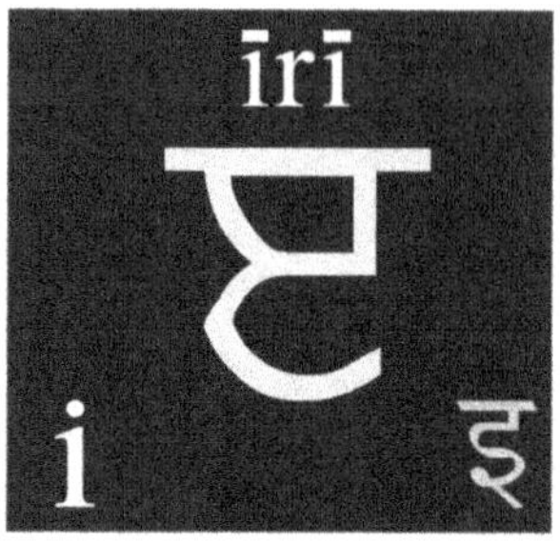

īrī is the third letter of Gurumukhi alphabet. It is a consonant. It is comparable with English vowel hort i as in it and as Hindi vowel इ as in इस. When a word begins with this consonant, the īrī is written with vowel sign *sihārī* (ਿ) attached on the left side of īrī, as in *sihārī* + īrī = ਇ (इ)

4. sassā

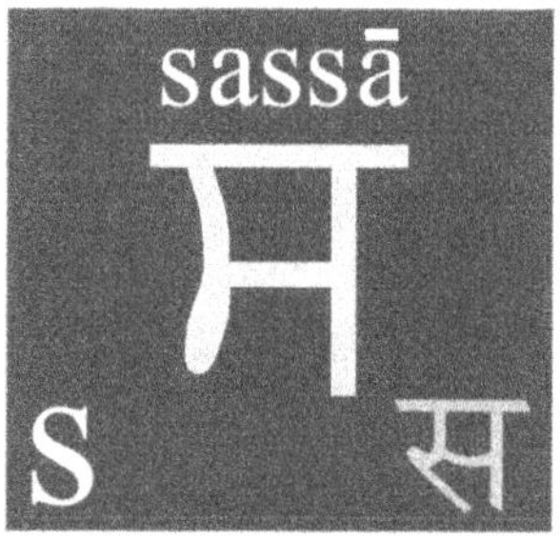

sassā is the fourth letter of Gurumukhi alphabet. It is a consonant. It is comparable with English letter s as in snake and as Hindi letter स as in सब.

EXERCISE : Read the following Gurumukhi words :

ਆਸ, ਸਸ

ANSWERS : *ās* आस (Hope), *sas* सस (Mother-in-law)

5. hahhā

hahhā is the fifth letter of Gurumukhi alphabet. It is a consonant. It is comparable with English letter h as in hen and as Hindi letter ह as in हम.

6. kakkā

kakkā is the sixth letter of Gurumukhi alphabet. It is a consonant. It is comparable with English letter k as in kit and as Hindi letter क as in कब.

7. khakkhā

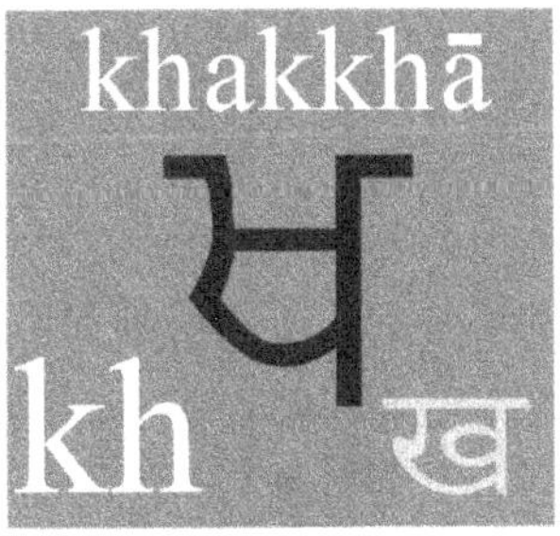

khakkhā is the seventh letter of Gurumukhi alphabet. It is a consonant. It is comparable with English syllable kh as in khyber and as Hindi letter ख as in खग.

EXERCISE : Read the following Gurumukhi words :

ਹਕ, ਹਸ

ANSWERS : *hak* हक (a Right), *has* हस (Laugh!)

8. gaggā

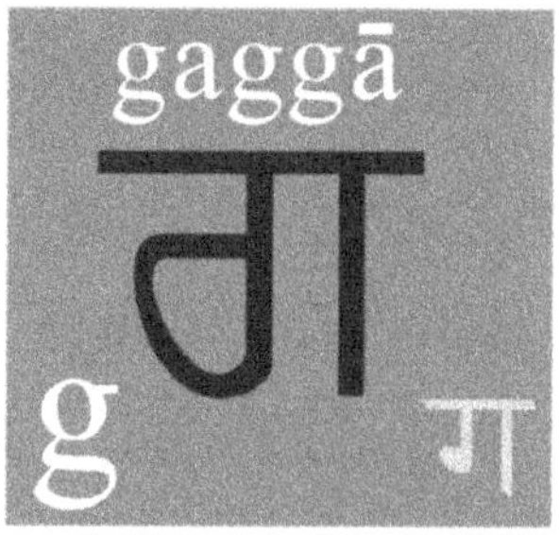

gaggā is the eighth letter of Gurumukhi alphabet. It is a consonant. It is comparable with English letter g as in god and as Hindi letter **ग** as in **गज**.

9. ghgghā

ghgghā is the ninth letter of Gurumukhi alphabet. It is a consonant. It is comparable with English syllable gh as in ghost and as Hindi letter **घ** as in **घर**.

10. ngangā

ngangā is the tenth letter of Gurumukhi alphabet. It is a NASAL consonant. It is comparable with English sound ng as in bang and as Hindi letter ङ as in रंग, रङ्ग.

11. chacchā

chacchā is the eleventh letter of Gurumukhi alphabet. It is a consonant. It is comparable with English syllable ch as in chair and as Hindi letter च as in चल.

12. chachhā

chachhā is the twelfth letter of Gurumukhi alphabet. It is a consonant. It is comparable with English syllable chh as in witch-hunt and as Hindi letter छ as in छल.

13. jajjā

jajjā is the thirteenth letter of Gurumukhi alphabet. It is a consonant. It is comparable with English letter j as in jar and as Hindi letter ज as in जल, जब.

EXERCISE : Read the following Gurumukhi word :

ਚਖ, ਜਜ

ANSWERS : *chakh* चख (Taste!), *jaj* जज (Judge)

14. jhajjhā

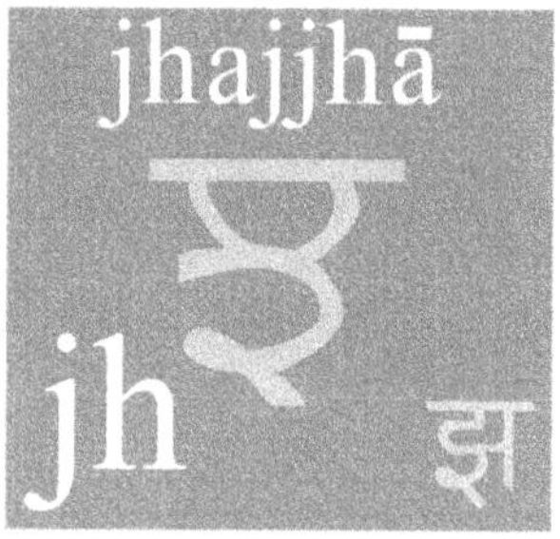

jhajjhā is the fourteenth letter of Gurumukhi alphabet. It is a consonant. It is comparable with English syllable dgeh as in hedgehop and as Hindi letter झ as in झष (fish).

15. njanjā

njanjā is the fifteenth letter of Gurumukhi alphabet. It is a consonant. It is comparable with English syllable nj as in enjoy and as Hindi letter ञ as in पंजाब, पञ्जाब.

EXERCISE : Read the following Gurumukhi word : ਪੰਜ

ANSWERS : *panj* पंज (Five)

16. ṭaṭṭā

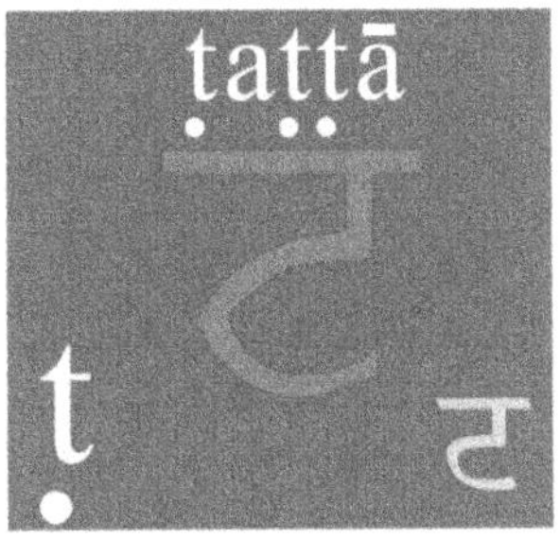

ṭaṭṭā is the sixteenth letter of Gurumukhi alphabet. It is a consonant. It is comparable with English syllable t as in dake and as Hindi letter ट as in टक (gaze).

17. ṭhaṭṭhā

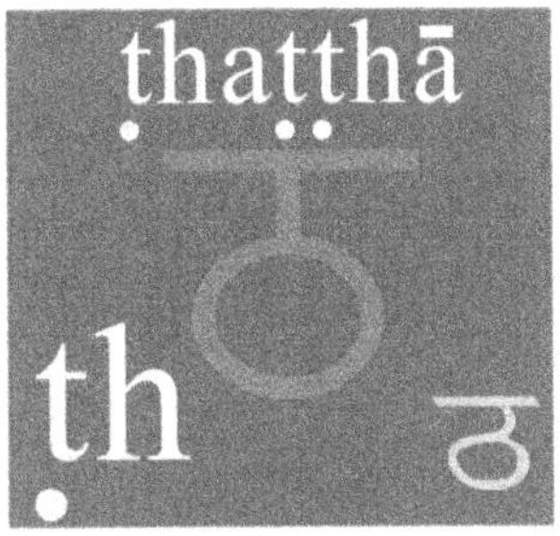

ṭhaṭṭhā is the seventeenth letter of Gurumukhi alphabet. It is a consonant. It is comparable with English syllable th as in hot-house and as Hindi letter ठ as in ठग (cheat).

18. ḍaḍḍā

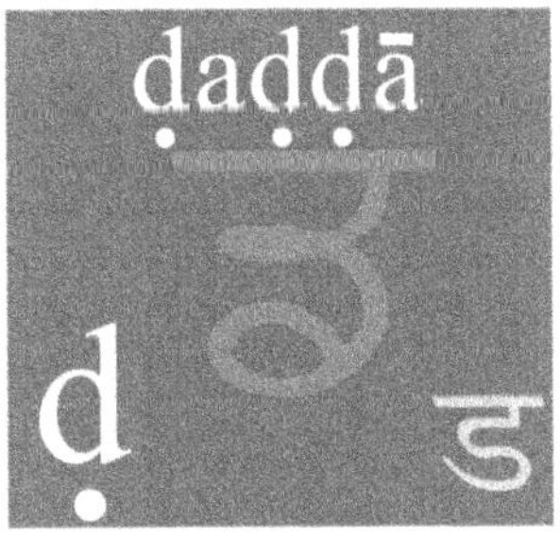

ḍaḍḍā is the eighteenth letter of Gurumukhi alphabet. It is a consonant. It is comparable with English syllable d as in day and as Hindi letter ड as in डर.

EXERCISE : Read the following Gurumukhi words : ਘਟ, ਉਠ

ANSWERS : *ghaṭ* घट (Less), *uṭh* उठ (Get up!)

19. ḍhaḍḍhā

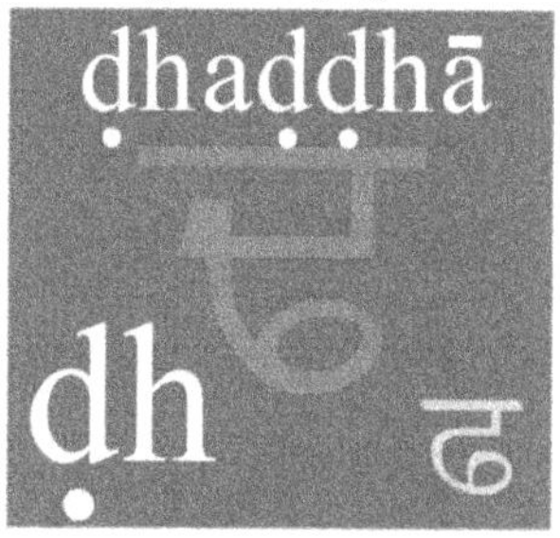

ḍhaḍḍhā is the nineteenth letter of Gurumukhi alphabet. It is a consonant. It is comparable with English syllable dh as in adhare and as Hindi letter ढ as in ढब.

20. ṇaṇṇā

ṇaṇṇā is the twentieth letter of Gurumukhi alphabet. It is a consonant. It is comparable with English sound n as in hunt and as Hindi letter ण as in कण (particle).

21. tattā

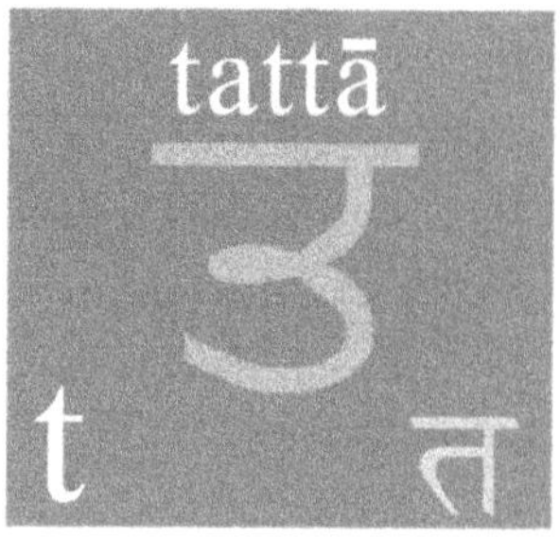

tattā is the tewnty-first letter of Gurumukhi alphabet. It is a dental consonant. It is comparable with English letter t as in istanbul where t is dental; and as Hindi letter त as in तब.

EXERCISE : Read the following Gurumukhi words : ਸਤ, ਛਤ

ANSWERS : *sat* सत (Seven), *chhat* छत (Roof)

22. thatthā

thatthā is the tewnty-second letter of Gurumukhi alphabet. It is a dental consonant. It is comparable with English syllable th as in panthar where t is dental; and as Hindi letter थ as in थन (udder).

23. daddā

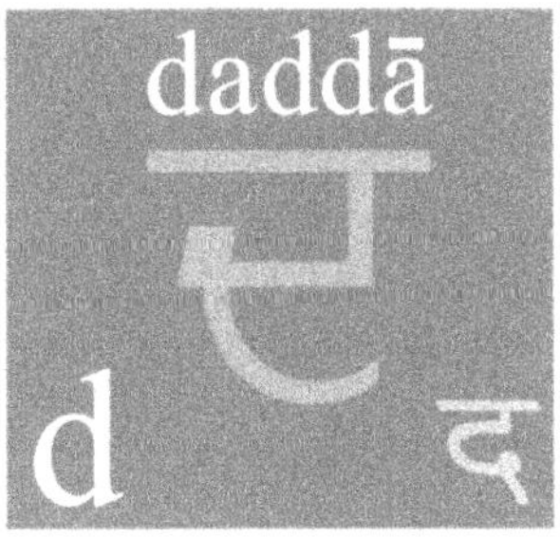

daddā is the tewnty-third letter of Gurumukhi alphabet. It is a dental consonant. It is comparable with English letter th as in other where t is dental; and as Hindi letter द as in दम.

24. dhaddhā

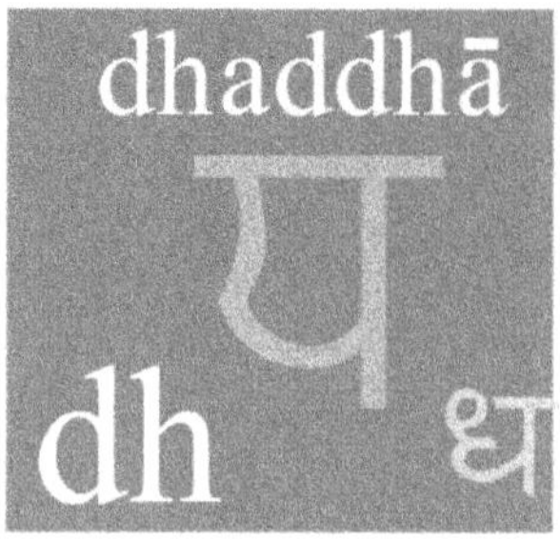

dhaddhā is the tewnty-fourth letter of Gurumukhi alphabet. It is a dental consonant. It is comparable with English syllable dh as in Buddha where d is dental; and as Hindi letter ध as in धन.

25. nannā

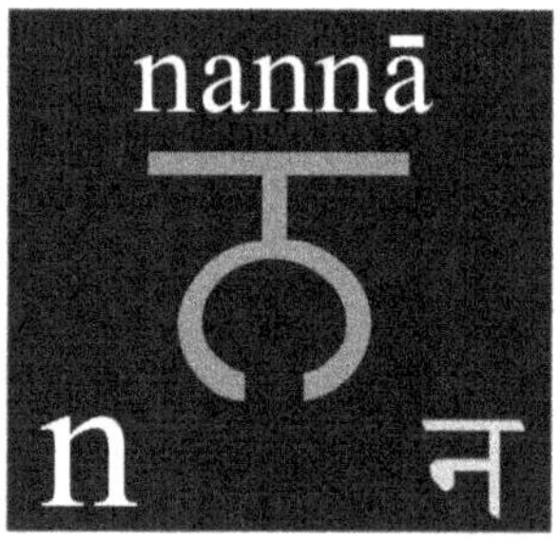

nannā is the tewnty-fifth letter of Gurumukhi alphabet. It is a NASAL consonant. It is comparable with English letter n as in no and as Hindi letter न as in नभ (sky).

26. pappā

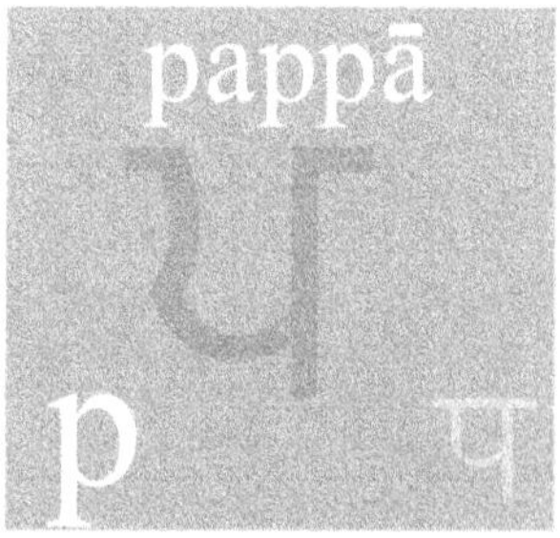

pappā is the tewnty-sixth letter of Gurumukhi alphabet. It is a consonant. It is comparable with English letter p as in put and as Hindi letter प as in पग (foot).

EXERCISE : Read the following Gurumukhi words : ਕਦ, ਨਾਚ

ANSWERS : *kad* कद (Stature), *nāch* नाच (Dance)

27. phaphphā

phaphphā is the tewnty-seventh letter of Gurumukhi alphabet. It is a consonant. It is comparable with English syllable ph as in photo and as Hindi letter फ as in फल (fruit).

28. babbā

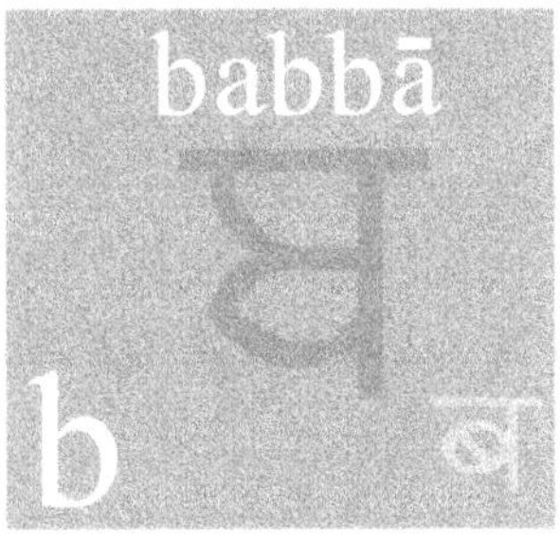

babbā is the tewnty-eighth letter of Gurumukhi alphabet. It is a consonant. It is comparable with English letter b as in but and as Hindi letter ब as in बन (forest).

29. bhabhbhā

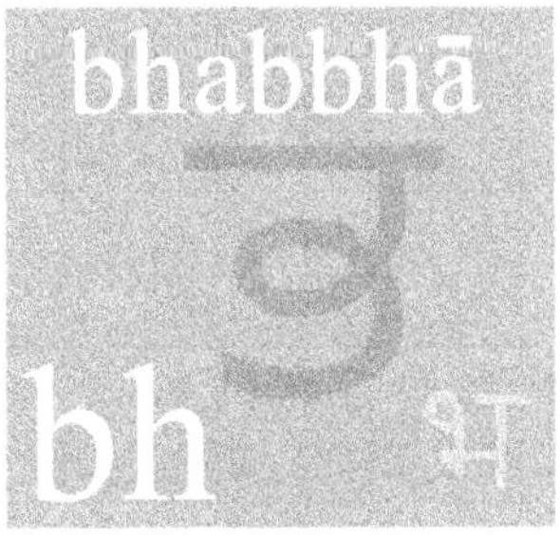

bhabhbhā is the tewnty-ninth letter of Gurumukhi alphabet. It is a consonant. It is comparable with English syllable bh as in abhor and as Hindi letter भ as in भगत.

30. mammā

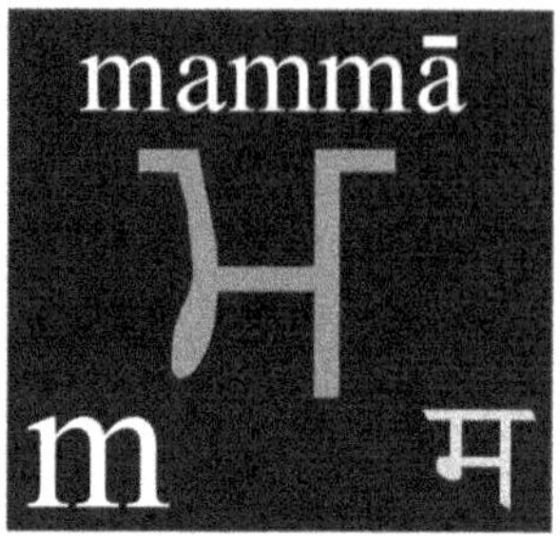

mammā is the tewnty-eighth letter of Gurumukhi alphabet. It is a NASAL consonant. It is comparable with English letter m as in mat and as Hindi letter म as in मन.

EXERCISE : Read the following Gurumukhi words : ਮਨ, ਚਮਚਚ

ANSWERS : *man* मन (Mind), *kar* कर (Do!), *chamcham* चमचम (a Sweet)

31. yayyā

yayyā is the thirty-first letter of Gurumukhi alphabet. It is a consonant. It is comparable with English letter y as in yes and as Hindi letter य as in यम.

32. rarrā

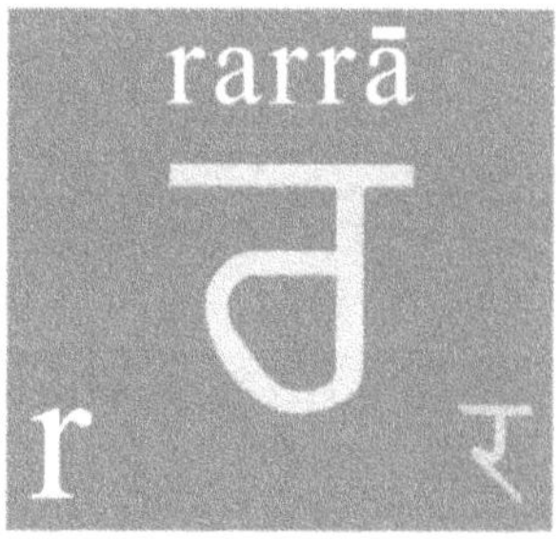

rarrā is the thirty-second letter of Gurumukhi alphabet. It is a consonant. It is comparable with English letter r as in rat and as Hindi letter र as in रस.

33. lallā

lallā is the thirty-third letter of Gurumukhi alphabet. It is a consonant. It is comparable with English letter l as in love and as Hindi letter ल as in लय.

34. vavvā

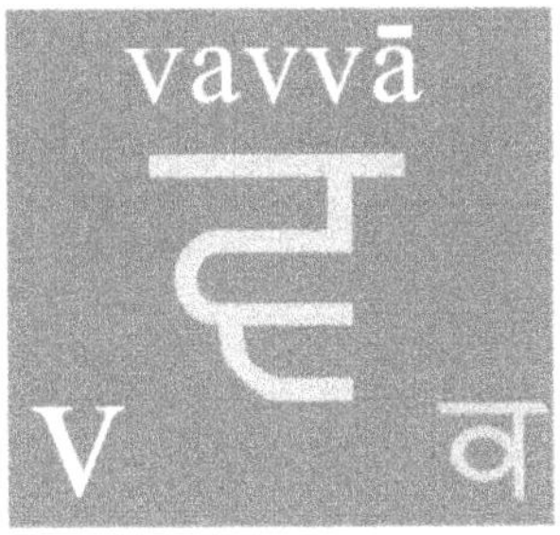

vavvā is the thirty-fourth letter of Gurumukhi alphabet. It is a consonant. It is comparable with English letter v as in vow and as Hindi letter व as in वश.

EXERCISE : Read the following Gurumukhi words : ਘਰ, ਕਰ, ਕਲ, ਕਲਮ

ANSWERS : *ghar* घर (House, home), *kar* कर (Do!), *kal* कल (Tomorrow, Yesterday), *kalam* कलम (Pen)

REMEMBER : PUNJABI IS A LANGUAGE AND GURMUKHI IS A SCRIPT.

READING and WRITING PUNJABI GURUMUKHI WORDS

(3.2) TWO LETTER PUNJABI WORDS

Read the following Gurmukhi words several times, until you are comfortable

ਹਸ (has हस = Laugh)

ਹਦ (had हद = Limit)

ਹਰ (har हर = Each)

ਕਤ (kat कत = What for?)

ਖ਼ਰ (khar ख़र = Donkey)

ਖਲ (khal खल = Wicked)

ਘਟ (ghaṭ घट = Body)

ਘਰ (ghar घर = house)

ਛਲ (chhal छल = Deception)

ਜਸ (jas जस = Glory)

ਜਗ (jag जग = World)

ਜਟ (jaṭ जट = Hair lock)

ਜਣ (jaṇ जण = People)

ਜਦ (jad जद = Whenever, when)

ਜਨ (jan जन = Person)

ਜਪ (jap जप = Chant)

ਜਲ (jal जल = water)

ਪਰ (par पर = feather)

ਫਲ (phal फल = fruit)

ਬਨ (ban बन = forest)

ਸ਼ਕ (shak शक شک = Doubt)

ਸ਼ਬ (shab शब شب = Night)

ਸਮ (sam सम = Equal)

ਸਰ (sar सर = Pond)

ਟਕ (ṭak टक = Gaze)

ਟਲ (ṭal टल = Get aside)

ਠਰ (ṭhar ठर = Cool)

ਡਫ਼ (daf डफ़ = drum)

ਡਰ (ḍar डर = Fear)

ਢਲ (ḍhal ढल = Decline)

ਤਜ (taj तज = Abandon)

ਤਪ (tap तप = Heat)

ਤਲ (tal तल = Bottom)

ਥਲ (thal थल = Place)

ਥਣ (thaṇ थण = Udder)

ਨਟ (naṭ नट = Actor)

ਨਦ (nad नद = River)

ਨਰ (nar नर = Male)

ਨਲ (nal नल = Tap)

ਨਵ (nav नव = New)

ਪਖ (pakh पख = Wing)

ਪਗ (pag पग = Foot)

ਪਟ (paṭ पट = Screen)

ਪਤ (pat पत = Honour)

ਪਦ (pad पद = Foot)

ਪਲ (pal पल = Moment)

ਫ਼ਨ (fan फ़न = Skill)

ਫ਼ਰ (far फ़र = Wool)

ਬਸ (bas बस = Enough)

ਬਕ (bak बक = Fawn)

ਬਗ (bag बग = Heron)

ਬਲ (bal बल = Strength)

ਬੜ (baḍ́ बड़ = Banyan Tree)

ਭਜ (bhaj भज = Pray)

ਭਵ (bhav भव = World)

ਮਣ (maṇ मण = 40 Kg)

ਮਤ (mat मत = Opinion)

ਨਦ (mad मद = Intoxication)

ਮਨ (man मन = Mind)

ਮਰ (mar मर = Die)

ਮਲ (mal मल = Dirt)

ਯਕ (yak यक = One)

ਰਸ (ras रस = juice)

ਰਖ (rakh रख = Keep)

ਰਗ (rag रग = Vein)

ਰਜ (raj रज = dust)

ਰਟ (raṭ रट = Repetition)   ਲੜ (laḍ लड़ = fight)

ਰਣ (raṇ रण = Battle)   ਵਸ (vas वस = Control)

ਰਥ (rath रथ = Chariot)   ਵਗ (vag वग = Flow)

ਲਟ (laṭ लट = Lock of hair)   ਵਟ (vaṭ वट = Creese)

ਲਤ (lat लत = Leg)   ਵਣ (vaṇ वण = Jungle)

ਲਦ (lad लद = Load)   ਵਰ (var वर = Boon)

ਲਬ (lab लब لب = Lip)   ਵਲ (val वल = Turn)

ਲਭ (labh लभ = Search)

EXERCISE 1 : Read and Write the following Punjabi words in Gurmukhi script :
Do not move to the next step, before finishing this step with confidence.

1. ਸਮ ਤਲ ਪਗ ਬਲ ਰਸ

2. ਲਬ ਵਰ ਘਰ ਜਪ ਫਲ

3. ਸਰ ਭਰ ਨਲ ਪਦ ਮਤ

(3.3) THREE LETTER PUNJABI WORDS

ਅਸਤ (asat असत = sun Set)   ਅਘੜ (aghaḍ अघड़ = Unfinished)

ਅਸਮ (asam असम = Unequal)   ਅਜਰ (ajar अजर = Ever young)

ਅਸਰ (asar असर = Effect)   ਅਟਣ (aṭaṇ अटण = Corn)

ਅਸਲ (asal असल = Real)   ਅਣਖ (aṇakh अणख = Self-respect)

ਅਕਲ (akal अकल = Sense)   ਅਤਰ (atar अतर = Perfume)

ਅਦਬ (adab अदब ادب = Respect)

ਅਪਚ (apach अपच = Undigestible)

ਅਮਨ (aman अमन = Peace)

ਅਮਰ (amar अमर = Immortal)

ਅਮਲ (amal अमल عمل = Addiction)

ਅਰਕ (arak अरक = Extract)

ਅਰਥ (arath अरथ = Meaning)

ਅਰਬ (arab अरब عرب = Ten Billion)

ਅਲਖ (alakh अलख = Invisible)

ਅਲਪ (alap अलप = A little)

ਸ਼ਕਲ (shakal शकल شکل = Face)

ਸਖ਼ਤ (sakhat सख़्त = Hard)

ਸਤਹ (asatah सतह سطح = Surface)

ਸਦਰ (sadar सदर صدر = President)

ਸਨਕ (sanak सनक = Mania)

ਸਨਮ (sanam सनम صنم = Beloved)

ਸਫ਼ਲ (safal सफ़ल = Successful)

ਸਬਕ (sabak सबक سبق = Lesson)

ਸਬਜ਼ (sabaz सबज़ = Green)

ਸ਼ਬਦ (shabad शब्द = Word)

ਸਬਰ (sabar सबर صبر = Patience)

ਸਮਝ (samajh समझ = Sense)

ਸ਼ਰਤ (sharat शरत = Condition)

ਸਰਬ (sarab सरब = All)

ਸਰਮ (saram सरम = Shame)

ਸਰਲ (saral सरल = Straight)

ਸੜਕ (saḍak सड़क سڑک = Road)

ਹਸਤ (hasat हसत = Hand)

ਹਰਸ਼ (harash हरश = Delight)

ਹਰਜ (haraj हरज حرج = Loss)

ਹਰਣ (haraṇ हरण = Deer)

ਕਸਕ (kasak कसक کسک = Shooting pain)

ਕਸਮ (kasam कसम قسم – Oath)

ਕਸਰ (kasar कसर کسر = Defeciency)

ਕਣਕ (kaṇak कणक = Wheat)

ਕਥਨ (kathan कथन = Saying)

ਕਦਰ (kadar कदर قدر = Value)

ਕਪਟ (kapaṭ कपट = Deceit)

ਕਬਰ (kabar कबर قبر = Tomb)

ਕਮਰ (kamar कमर = Waist)

ਕਮਲ (kamal कमल = Lotus)

ਕਰਮ (karam करम = Destiny; Deed)

ਕਲਹ (kalaha कलह = Clash)

ਕਲਮ (kalam कलम = Pen)

ਖਸਮ (khasam खसम كهسم = husband)

ਖ਼ਬਰ (khabar ख़बर خبر = News)

ਖ਼ਰਚ (kharach ख़रच = Expense)

ਖ਼ਰਬ (kharab ख़रब = Billion)

ਖ਼ਲਕ (khalak ख़लक كهلك= Mankind)

ਖ਼ਲਲ (khalal ख़लल خلل= Confusion)

ਖੜਗ (khaḍag खड़ग = Sword)

ਗਰਮ (garam गरम = Hot)

ਘਟਕ (ghaṭak घटक = Component)

ਚਸਕ (chasak चसक = Ache)

ਚਪਲ (chapal चपल = Quick)

ਚਮਕ (chamak चमक = Shine)

ਚਮਚ (chamach चमच = Spoon)

ਚਮਨ (chaman चमन = Garden)

ਚਰਨ (charan चरन چرن = Foot)

ਚਰਮ (charam चरम = Supreme)

ਛਟਮ (chhaṭam छटम = Sixth)

ਛਤਰ (chhatar छतर = Umbrella)

ਜਸ਼ਨ (jashan जशन جشن = Celebration)

ਜ਼ਖ਼ਮ (zakham ज़ख़म ذكهم = Wound)

ਜਕੜ (jakaḍ जकड़ = Grip)

ਜਠਰ (jaṭhar जठर = Stomach)

ਜਣਨ (jaṇan जणन = Birth)

ਜਤਨ (jatan जतन = Effort)

ਜਨਕ (janak जनक = Father)

ਜਨਮ (janam जनम = Birth)

ਜ਼ਬਰ (zabar ज़बर ذبر = Oppession)

ਜ਼ਰਦ (zarad ज़रद زرد = Yellow)

ਠਰਕ (ṭharak ठरक = Habit)

ਤਖਤ (takhat तखत تخت = Board)

ਤਰਕ (tarak तरक = Argument)

ਦਸਤ (dasat दसत = Loose motion)

ਦਖਣ (dakhaṇ दखण = South)

ਦਖਲ (dakhal दखल دخل = Interference)

ਦਫ਼ਨ (dafan दफ़न دفن= Bury)

ਦਮਕ (dmak दमक = Glow)

ਦਮਨ (dman दमन = Supression)

ਦਰਸ (drsa दरस = Sight)

ਦਰਜ (daraj दरज درج = View)

ਦਰਦ (darad दरद درد= Pain)

ਧਰਮ (dharam धरम = Duty)

ਨਸ਼ਟ (nashaṭ नशट = Ruin)

ਨਕਦ (nakad नकद = Cash)

ਨਕਲ (nakal नकल نقل = Copy)

ਨਗਰ (nagar नगर = City)

ਨਜ਼ਰ (nazar नज़र نظر= Sight)

ਨਬਜ਼ (nabaz नबझ نبض = Pulse)

ਨਮਕ (namak नमक نمک = Salt)

ਨਰਕ (nark नरक = Hell)

ਨਰਦ (narad नरद = Dice)

ਨਰਮ (naram नरम نرم = Soft)

ਪਕੜ (pakaḍ पकड़ پکڑ = Grip)

ਪਚਣ (pachaṇ पचण = Digestion)

ਪਤਨ (patan पतन = Downfall)

ਪਦਮ (padam पदम = Lotus)

ਪਰਖ (parakh परख = Valuation)

ਪਰਤ (parat परत = Fold)

ਪ੍ਰਗਟ (pragaṭ प्रगट = Manifest)

ਪ੍ਰਬਲ (prabal प्रबल = Strong)

ਪਰਮ (param परम = Supreme)

ਪਲਕ (palak पलक پلق = Eyelid)

ਪਲਟ (palaṭ पलट پلٹ = Turn around)

ਫ਼ਸਟ (fasaṭ फ़सट = First)

ਫ਼ਸਲ (fasal फ़सल فصل = Harvest)

ਫ਼ਰਸ਼ (farash फ़रश فرش = Floor)

ਫ਼ਰਕ (farak फ़रक فرک = Difference)

ਫ਼ਰਜ਼ (faraz फ़रज़ فرذ = Duty)

ਫ਼ਰਦ (farad फ़रद فرد = Catalogue)

ਫਲਕ (phalak फलक = Board)

ਫ਼ਲਕ (falak फ़लक فلک = Sky)

ਬਕਸ (bakas बकस = Box)

ਬਖ਼ਤ (bakhat बख़त بکهت = Fate)

ਬਗਲ (bagal बगल بغل = Side)

ਬਚਤ (bachat बचत = Savings)

ਬਚਨ (bachan बचन = Saying)

ਬਣਤ (baṇat बणत = Structure)

ਬਦਨ (badan बदन بدن = Body)

ਬਦਲ (badal बदल = Exchange)

ਬਰਸ (baras बरस = Year)

ਬਰਤ (barat बरत = Fasting)

ਬਰਨ (baran बरन = Colour)

ਬਰਫ਼ (baraf बरफ़ = Ice, snow)

ਬਲਦ (balad बलद = Ox)

ਭਸਮ (bhasam भसम = Ash)

ਭਗਤ (bhagat भगत = Devotee)

ਭਜਨ (bhajan भजन = Prayer)

ਭਰਮ (bharam भरम = Doubt)

ਭੜਕ (bhaḍ́ak भड़क = Pomp)

ਭਵਣ (bhavaṇ भवण = Mansion)

ਰਵਨ (bhavan भवन = Mansion)

ਮਸ਼ਕ (mashak मशक مشک = Exercise)

ਮਸਤ (masat मसत مست = Lustful)

ਮਸਰ (masar मसर = Lentil)

ਮਕਰ (makar मकर = Fraud)

ਮਗਨ (magan मगन = Absorbed)

ਮਗਰ (magar मगर مگر = But)

ਮਟਰ (maṭar मटर = Peas)

ਮਦਤ (madat मदत = Help)

ਮਦਦ (madad मदद مدد = Help)

ਮਰਗ (marag मरग = Death)

ਮਰਚ (marach मरच = Chilli)

ਮਰਜ਼ (maraz मरज़ مرذ = Illness)

ਮਰਦ (marad मरद مرد = Man)

ਮਰਨ (maran मरन = Death)

ਯਕਸ਼ (yakash यकश = Demigod)

ਯਤਨ (yatan यतन = Effort)

ਰਸ਼ਕ (rashak रशक = Envy)

ਰਸਦ (rasad रसद رسد = Ration)

ਰਸਮ (rasam रसम رسم = Custom)

ਰਕਤ (rakat रकत = Blood)

ਰਕਮ (rakam रकम رقم = Sum)

ਰਗੜ (ragaḍ रगड़ = Friction)

ਰਟਨ (raṭan रटन = Roaming)

ਰਤਨ (ratan रतन = Gem)

ਰਮਜ਼ (ramaz रमज़ = Secret)

ਰਮਤ (ramat रमत = Omniscience)

ਲਸਣ (lasaṇ लसण = Garlic)

ਲਕਸ਼ (lakash लकश = Aim)

ਲਕੜ (lakaḍ लकड़ = Wood)

ਲਖਣ (lakhaṇ लखण = See)

ਲਗਨ (lagan लगन = Devotion)

ਲਚਕ (lachak लचक = Elasticity)

ਲਚਰ (lachar लचर = Foolish)

ਲਟਕ (laṭak लटक = Attack)

ਲਪਕ (lapak लपक = Flash)

ਲਪਟ (lapaṭ लपट = Breeze)

ਵਸਣ (vasaṇ वसण = Stay)

ਵਸਤ (vasat वसत = Thing)

ਵਸਫ਼ (vasaf वसफ़ = Quality)

ਵਸਲ (vasal वसल = Union)

ਵਕਤ (vakat वकत وقت = Time)

ਵਖਤ (vakhat वखत = Time)

ਵਚਨ (vachan वचन = Saying)

ਵਜ਼ਨ (vajan वजन = weight)

ਵਣਜ (vaṇaj वणज = Trade)

ਵਤਨ (vatan वतन وطن = Homeland)

ਵਰਗ (varag वरग = Class)

ਵਰਜ (varaj वरज = Prihibited)

ਵਰਣ (varaṇ वरण = Colour)

ਵਰਤ (varat वरत = Observance)

ਵਰਮ (varam वरम = Swelling)

ਵਲਣ (valaṇ वलण = Turn)

EXERCISE 1 : Read and Write the following Punjabi words in Gurmukhi script :
Do not move to the next step, before finishing the above steps.

1. ਅਸਰ ਅਤਰ ਅਲਖ ਥਲ ਬੜ ਮਨ
2. ਸ਼ਕਲ ਸਫ਼ਲ ਸ਼ਬਦ ਸਰਲ ਸੜਕ ਹਦ ਘਟ ਜਟ
3. ਕਸਮ ਕਪਟ ਕਲਮ ਖ਼ਬਰ ਗਰਮ ਜ਼ਖ਼ਮ ਜਲ ਡਫ਼ ਰਜ ਵਟ ਲੜ
4. ਦਰਦ ਨਕਦ ਨਬਜ਼ ਫ਼ਰਜ਼ ਬਰਫ਼ ਮਰਚ ਲਸਣ ਵਚਨ

(3.4) FOUR LETTER PUNJABI WORDS

ਅਸਕਤ (asakat असकत = week)

ਅਟਕਲ (aṭkal अटकल = Knack)

ਅਣਬਣ (aṇbaṇ अणबण = Discord)

ਅਦਰਕ (adrak अदरक = Ginger)

ਅਨਘੜ (anghaḍ́ अनघड़ = Unfinished)

ਅਨਰਥ (anarath अनरथ = Disaster)

ਅਰਚਨ (archan अरचन = Worship)

ਅਰਪਣ (arpaṇ अरपण = Offering)

ਅਵਗਤ (avagat अवगत = Known)

ਸਤਰਕ (satarak सतरका = Careful)

ਸ਼ਬਨਮ (shabnam शबनम شبنم = Dew)

ਸਮਤਲ (samtal समतल = Level)

ਸਰਬਤ (sarbat सरबत = Syrup)

ਸਰਵਰ (sarvar सरवर = Holy lake)

ਸਵਰਨ (savaran सवरन = Gold)

ਹਸਰਤ (hasrat हसरत حسرت = Regret)

ਹਰਕਤ (hrkta हरकत حركت = Gesture)

ਹਰਜਨ (harjan हरजन = Saint)

ਹਲਚਲ (halchal हलचल = Commotion)

ਕਟਹਰ (kaṭhar कटहर = Jack fruit)

ਕਰਕਟ (karkaṭ करकट = Rubbish)

ਕਰਤਬ (kartab करतब = Skill)

ਕਰਤਲ (kartal करतल = Palm)

ਕਰਤਵ (kartav करतव = Duty)

ਕਰਵਟ (karvaṭ करवट = Side)

ਖਟਮਲ (khaṭmal खटमल = Bed bug)

ਖ਼ਲਕਤ (khalkat ख़लकत خلقت = People)

ਗਰਦਨ (gardan गरदन گردن = Neck)

ਜਬਰਨ (jabran जबरन = By force)

ਤਸਕਰ (taskar तसकर = Thief)

ਥਰਕਣ (tharkaṇ थरकण = Viabration)

ਦਸਤਕ (dastak दसतक = Knock)

ਦਫ਼ਤਰ (daftar दफ़तर دفتر = Office)

ਦਰਸਨ (darsan दरसन = View)

ਨਟਖਟ (naṭkhaṭ नटखट = Naughty)

ਨਫ਼ਰਤ (nafrat नफ़रत نفرت = Hate)

ਪਣਘਟ (paṇghaṭ पणघट = Water fetching place)

ਪਤਰਣ (patraṇ पतरण = Foliation)

ਪਨਘਟ (panghaṭ पनघट = Water fetching place)

ਪਰਗਟ (pargaṭ परगट = Manifest)

ਪਰਵਤ (parvat परवत = Mountain)

ਪ੍ਰਯਤਨ (prayatan प्रयतन = Effort)

ਪਰਵਰ (parvar परवर = Nourisher)

ਪਲਟਣ (palṭaṇ पलटण = Platoon)

ਫ਼ਰਹਤ (farhat फ़रहत فرحت = Pleasure)

ਫ਼ਰ ਫ਼ਰ (far far फर फर = Promptly)

ਬਸਤਰ (bastar बसतर = Cloth)

ਬਕ ਝਕ (bak jhak बक झक = Babble)

ਬਕਤਰ (baktar बकतर = Mail)

ਬਕਬਕ (bakbak बकबक = Chatter)

ਬਚਪਨ (bachpan बचपन = Childhood)

ਬਰਤਨ (bartan बरतन = Pot)

ਬਰਤਰ (bartar बरतर = Better)

ਬੜਬੜ (baḍbaḍ बड़बड़ = Chatter)

ਭਵਜਲ (bhavjal भवजल = Worldly Ocean)

ਮਸਜਦ (masajad मसजद مسجد = Mosque)

ਮਸਤਕ (mastak मसतक = Forehead)

ਮਸਨਦ (masnad मसनद مسند = Pillow)

ਮਸ਼ਰਕ (mashrak मशरक مشرك = East)

ਮਸਲਤ (maslat मसलत مسلت = Advice)

ਮਸਲਨ (maslan मसलन مثلا= For example)

ਮਕਸਦ (maksad मकसद مقصد = Objective)

ਮਤਲਬ (matlab मतलब مطلب = Motive)

ਮਨਸਬ (mansab मनसब منسب = Office, Post)

ਮਰਕਜ਼ (markaz मरकज़ مركز = Axis)

ਰਕਸ਼ਕ (rakshak रकशक = Protector)

ਲਸ਼ਕਰ (lashkar लशकर لشكر = Army)

ਲਰਜ਼ਸ਼ (larzash लरज़श لرذش = Vibration)

ਵਤਸਲ (vatsal वतसल وسلت= Kind hearted)

ਵਰਣਕ (varaṇak वरणक = Pigment)

ਵਰਣਨ (varaṇan वरणन = Description)

ਵਰਤਣ (varataṇ वरतण = Dealing)

EXERCISE 1 : Read and Write the following Punjabi words in Gurmukhi script :
Do not move to the next step, before finishing the above steps.

1. ਬਗ ਬਮ ਅਕਲ ਸਨਮ ਸਮਝ ਕਸਕ ਅਦਰਕ ਸ਼ਬਨਮ ਹਸਰਤ ਗਰਦਨ

2. ਮਰ ਰਗ ਚਮਕ ਚਮਨ ਲਜ਼ਰ ਨਰਕ ਬਗਲ ਦਫ਼ਤਰ ਨਫ਼ਰਤ ਪਨਘਟ

3. ਰਗ ਲਭ ਭਗਤ ਲਕੜ ਵਜ਼ਨ ਪ੍ਰਯਤਨ ਬਚਪਨ ਬੜਬੜ ਮਤਲਬ

4. ਸ਼ਲਗ਼ਮ, ਸਰਗਮ, ਕਲਮ ਫੜ, ਘਰ ਚਲ, ਜਲ ਭਰ, ਬਰਤਲ ਰਖ

(3.5) FIVE LETTER PUNJABI WORDS

ਅਲਪਤਮ (alaptam अलपतम = Minimum)

ਅਲਮਸਤ (alamasat अलमसत الست = Carefree)

ਸਕਰਮਕ (sakaramak सकरमक = Transitive)

ਸਤਬਚਨ (satbachan सतवबच = True word)

ਸਮਰਥਕ (samarathak समरथक = Supprter)

ਸਮਰਥਨ (samarathan समरथन = Support)

ਹਮਸ਼ਕਲ (hamshakal हमशकल همشکل = Similar)

ਹਮਸਫ਼ਰ (hamsafar हमसफ़र هم سفر = Companion)

ਹਮਦਰਦ (hamdarad हमदरद ہمدرد = Sympathiser)

ਕਸ਼ਮਕਸ਼ (kashamakash कशमकश کشمکش = Struggle)

ਕਨਸਤਰ (kanastar कनसतर = Canister)

ਕਲਵਤਰ (kalavatar कलवतर = Saw)

ਜਨਮ ਦਰ (janam dar जनम दर = Birth rate)

ਦਸਤਖਤ (dastakhat दसतखत دستخط = Signature)

ਦਰ ਬਦਰ (dar badar दर बदर بدر شرح = Door to Door)

ਪਤਝੜਨ (patjhaḍan पतझड़न = Defoliation)

ਪਰਚਲਤ (parchalat परचलत = Prevelent)

ਬਦਚਲਣ (badchalaṇ बदचलण = Immoral)

ਬਨਸਪਤ (banaspat बनसपत = Vegetation)

ਮਨਘੜਨ (manghaḍ́an मनघड़न = Fabricated)

ਵਚਨ ਬਧ (vachan badh वचन बध = Committed)

EXERCISE 1 : Read and Write the following Punjabi words in Gurmukhi script : Do not move to the next step, before finishing the above steps.

1. ਪਟ ਪਲ ਅਸਲ ਅਦਬ ਅਦਰਕ ਖ਼ਲਕਤ ਸਮਰਥਨ
2. ਬਸ ਅਮਨ ਅਰਥ ਦਰਸਨ ਪਲਟਣ ਹਮਸਫ਼ਰ ਕਲਵਤਰ
3. ਰਥ ਸਬਕ ਕਸ਼ਟ ਕਣਕ ਕਦਰ

(3.6) SIX LETTER PUNJABI WORDS

ਅਲਮ ਗਲਮ (alam-galam अलम गलम = Knick-knack)

ਸਮਵਰਤਨ (samavaratan समवरतन = Concurrence)

ਹਲਤ ਪਲਤ (hatat-palat हलत पलत = Here and there)

ਚਪੜ ਚਪੜ (chapaḍ-chapaḍ चपड़ चपड़ = Slurp)

ਜ਼ਹਰਦਸਤ (zabardasat ज़बरदसत ذبردست = Strong)

ਜਨਮ ਜਨਮ (janam-janam जनम जनम = Many births)

ਧਰਮ ਕਰਮ (dharam karam धरम करम = Dutiful deed)

ਪਕੜ ਧਕੜ (pakaḍ́ dhakaḍ́ पकड़ धकड़ = Round up)

ਮਰਨ ਵਰਤ (maran varat मरन वरत = Fast unto death)

ਵਰਣ ਧਰਣ (varaṇ dharaṇ वरण धरण = Prescribed Duty)

EXERCISE 1 : Read and Write the following Punjabi words in Gurmukhi script :
Do not move to the next step, before finishing the above steps.

1. ਕਨਕ ਦਰਦ ਚਲ ਕਰ ਰਖ
2. ਬੜ ਕਮਰ ਜਸ਼ਨ ਜਕੜ ਭਜਨ ਲਕਸ਼ ਵਖਤ ਬਨਸਪਤ
3. ਰਣ ਬਰਤਨ ਭਵਜਲ ਮਨਘੜਨ

THIS BOOK IS DESIGNED TO LEARN

READING and WRITING

GURUMUKHI

But

YOU MAY LEARN

PUNJABI VOCABULARY TOO

LESSON 4

READING AND WRITING

GURMUKHI SCRIPT ACCENT MARKS

ਪੰਜਾਬੀ पंजाबी پنجابی

Accent Marks Definition : A Gurmukhi consonant can take one of the nine vowel Marks (signs). See Lesson 1 for Gurmukhi Vowel Marks. The consonant can also take one of the two Nasal Marks, and it can also take a consonant Doubling Mark.

GURMUKHI ACCENT MARKS

A. Nine Vowel Marks

◌ਾ	ਿ◌	◌ੀ	◌ੁ	◌ੂ	◌ੇ	◌ੈ	◌ੋ	◌ੌ	◌ੰ
ā	i	ī	u	ū	e	ai	o, oo	au	ṅ

B. Two Nasal Marks

◌ਂ ◌ੰ

ṅ ñ (ñch, ñchh, ñj, ñjh, ñk, ñkh, ñg, ñgh)

C. The Consonnant Doubling Mark

◌ੱ

(4.1) kannā ਕੰਨਾ

◌ਾ

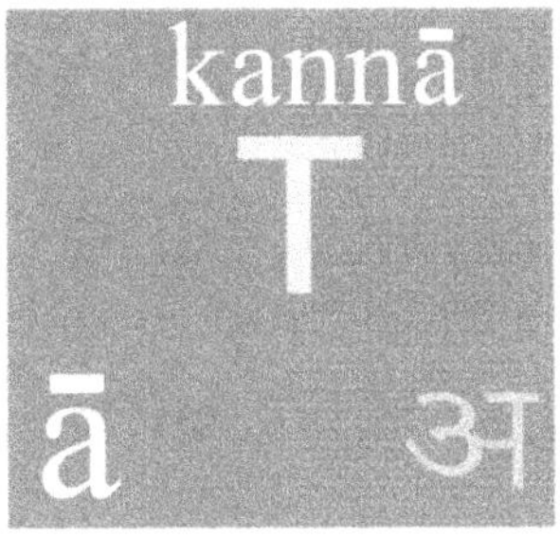

(ā आ)

The kannā (◌ਾ) adds ਆ (ā आ) sound to the consonant, for example :

ਕ + ◌ਾ = ਕਾ (k + ā = kā, क + आ = का, ک + ا = کا)

ਆਸ਼ਾ (āshā आशा = Desire)

ਆਟਾ (āṭā आटा = Flour)

ਆਠਾ (āṭhā आढा = Octet)

ਆੜਾ (āḍā आड़ा = Oblique)

ਆਢਾ (āḍhā आढा = Quarrel)

ਆਣਾ (āṇā आणा = Comimg)

ਜਾਣਾ (jāṇā जाणा = Going)

ਆਨਾ (ānā आना = **1/16** Rupee)

ਆਭਾ (ābhā आभा = Splendour)

ਆਯਾ (āyā आया = Nurse)

ਆਰਾ (ārā आरा = A Saw)

ਆਲਾ (ālā आला = Abode)

ਆਵਾ (Aāvā आवा = Kiln)

ਆਵਾਰਾ (āvārā आवारा آوارہ = Loafer)

ਸ਼ਾਹਾਨਾ (shāhānā शाहाना شاہانا = Royal)

ਸਾਕਾ (sākā साका = Event)

ਸਾਡਾ (sāḍā साडा = Ours)

ਸਾਤਾ (sātā साता = Week)

ਸਾਦਾ (sādā सादा = Simple)

ਸਾਫ਼ਾ (sāfā साफ़ा چادر = Turban)

ਸਾਲਾ (sālā साला = Brother-in-law)

ਸਾਲਾਨਾ (sālānā सालाना سالانہ = Yearly)

ਹਾੜ੍ਹਾ (hāḍ́ā हाड़ा = Estimation)

ਕਾਕਾ (kākā काका = Child)

ਕਾਟਾ (kāṭā काटा = Cross mark)

ਕਾਠਾ (kāṭhā काठा = Stiff)

ਕਾਢਾ (kāḍhā काढा = Weeds)

ਕਾਣਾ (kāṇā काणा = One eyed)

ਕਾਮਾ (kāmā कामा = Coma)

ਕਾਲਾ (kālā काला = Black)

ਖਾ (khā खा = Eat)

ਖਾਕਾ (khākā खाका خاکہ = Outline)

ਖਾਜਾ (khājā खाजा = Diet)

ਖਾਣਾ (khāṇā खाणा = Food)

ਖਾਤਾ (khātā खाता خاتا = Account)

ਖਾਯਾ (khāyā खाया = Ate)

ਖਾਰਾ (khārā खारा = Salty)

ਗਾ (gā गा = Sing)

ਗਾਵਾ (gāvā गावा = Bovine, Cow)

ਗਾੜ੍ਹਾ (gāḍ́ā गाड़ा = Serious)

ਘਾਟਾ (ghāṭā घाटा = Loss)

ਘਾਪਾ (ghāpā घापा = Gap)

ਘਾੜ੍ਹਾ (ghāḍ́ā घाड़ा = Craftsman)

ਚਾ (chā चा = Zest)

ਚਾਚਾ (chāchā चाचा = Uncle)

ਚਾਰਾ (pchārā चारा = Fodder)

ਚਾਲਾ (chālā चाला = Tradition)

ਛਾਤਾ (chhātā छाता = Umbrelle)

ਛਾਪਾ (chhāpā छापा = Stamp)

ਛਾਲਾ (chhālā छाला = Blister)

ਜਾ (jā जा = Go)

ਜਾਣਾ (jāṇā जाणा = to go)

ਝਾਕਾ (jhākā झाका = Hesitation)

ਝਾੜਾ (jhāḍ́ā झाड़ा = Exorcism)

ਡਾਕਾ (ḍākā डाका = Robbery)

ਤਾਗਾ (tāgā तागा = Thread)

ਤਾਜ਼ਾ (tāzā ताज़ा تازه = Fresh)

ਤਾਲਾ (tālā ताला = Lock)

ਥਾਣਾ (thāṇā थाणा = Police station)

ਦਾਤਾ (dātā दाता = Giver)

ਦਾਦਾ (dādā दादा = Grandfather)

ਦਾਨਾ (dānā दाना = Wise)

ਦਾਵਾ (davā दावा = Claim)

ਧਾਗਾ (dhāgā धागा = Thread)

ਧਾਵਾ (dhāvā धावा = Raid)

ਧਾੜਾ (dhāḍ́ā धाड़ा = Raid)

ਨਾ (nā ना = Not)

ਨਾਕਾ (nākạ नाका = Barrier)

ਨਾਗ਼ਾ (nāgạ नाग़ा = Starvation)

ਨਾਚਾ (nāchā नाचा = Male Dancer)

ਨਾਤਾ (nātā नाता = Relation)

ਨਾਲਾ (nālā नाला = String)

ਪਾ (pā पा = pour, put)

ਪਾਸਾ (pāsā पासा = Dice)

ਪਾਟਾ (pāṭā पाटा = Broken)

ਪਾਠਾ (pāṭhā पाठा = Youth)

ਪਾਣਾ (pāṇā पाणा = To find)

ਪਾਨਾ (pānā पाना = Wrench)

ਪਾਪਾ (pāpā पापा = Father)

ਪਾਰਾ (pārạ पारा = Mercury)

ਬਾਬਾ (bābā बाबा = Boy)

ਮਾਲਾ (pmālā माला = Garland)

ਫ਼ਾਕਾ (fākā फ़ाका = Starvation)

ਫਾਟਾ (fāṭā फ़ाटा = Torn)

ਫਾਥਾ (fātha फ़ाथा = Entrapped)

ਬਾਣਾ (bāṇā बाणा = Dress)

ਬਾਧਾ (bādhā बाधा = Obstruction)

ਭਾਣਾ (bhāṇā भाणा = God's will)

ਭਾਲਾ (Bālā भाला = Spear)

ਭਾੜਾ (bhāḍ́ā भाड़ा = Rent)

ਮਾਤਾ (mātā माता = Mother)

ਰਾਜਾ (rājā राजा = King)

ਲਾਲਾ (lālā लाला = Shopkeeper)

ਵਾ (vā वा = Air)

ਵਾਲਾ (vālā वाला = Owner, doer)

EXERCISE 1 : Read and Write the following Punjabi words in Gurmukhi script :
Do not move to the next step, before finishing the above steps.

1. ਆਟਾ ਆਣਾ ਆਵਾਰਾ ਸਾਦਾ ਸਾਲਾਨਾ ਕਾਲਾ ਚਾਚਾ
2. ਡਾਕਾ ਦਾਦਾ ਨਾਤਾ ਭਾਲਾ ਮਾਤਾ ਰਾਜਾ ਲਾਲਾ
3. ਰਖ ਲਬ ਅਸਲ ਸ਼ਬਦ ਜ਼ਖ਼ਮ ਧਰਮ ਨਕਦ
4. ਵਰਤ ਮਕਸਦ ਕਨਸਤਰ ਜ਼ਹਰਦਸਤ
5. ਕਾਕਾ ਆ, ਗਾਨਾ ਗਾ, ਬਾਬਾ ਆ ਜਾ, ਮਾਲਾ ਖਾਣਾ ਖਾ, ਘਰ ਚਲ

(4.2) sihārī ਸਿਹਾਰੀ

ਿ

(i ਇ)

The sihārī (ਿ) adds ਇ (i ਇ) sound to the consonant, for example :

ਸਿਆਰ (siār सिआर = Jackal)

ਸਿਆਲ (siāl सिआल = Winter)

ਸਿਹਤ (sihat सिहत = Health)

ਸਿਤਮ (sitam सितम = Tyranny)

ਸਿਰ (sir सिर = Head)

ਸਿਰਫ਼ (siraf सिरफ़ = Only)

ਹਿਮ (him हिम = Ice, snow)

ਹਿਰਨ (hiran हिरन = Deer)

ਹਿਲਣਾ (hilṇā हिलणा = to move)

ਕਿਸਮ (kisam किसम = Type)

ਕਿਤਨਾ (kitnā कितना = How much?)

ਕਿਰਨ (kiran किरन = Ray)

ਕਿਰਨਾ (kirnā किरना = to fall down)

ਕਿਰਪਾ (kirpā किरपा = Mercy)

ਕਿਰਮ (kiram किरम = Worm)

ਖ਼ਿਆਲ (khiāl ख़िआल خیال = Thought)

ਖਿਚਣਾ (khichṇā खिचणा = to pull)

ਖਿਲਾਫ਼ (khilaf खिलाफ़ خلاف = Opposite)

ਗਿਣਨਾ (giṇanā गिणना = to count)

ਘਿਣ (ghiṇ घिण = Nausea)

ਚਿਕਿਤਸਾ (chikitsā चिकितसा = Therapy)

ਚਿਤ (chit चित = Mind)

ਚਿਪਕਣਾ (chipkaṇā चिपकणा = to stick)

ਚਿਰਾਗ਼ (chirāgh चिराग़ چراغ = Lamp)

ਚਿੜ (chiḍ चिड़ = Irritation)

ਛਿਣਕਣਾ (chhiṇakṇā छिणकणा = to sprinkle)

ਛਿਲਕਾ (chhilkā छिलका = Peel)

ਛਿਲਣਾ (chhilṇā छिलणा = to peel)

ਜਿਸਤ (ijasata जिसत = Zinc)

ਜਿਤ (jit जित = Whichever)

ਜਿਤਣਾ (jitṇā जितणा = to win)

ਜ਼ਿਦ (zid ज़िद ضد= Stubbornness)

ਜਿਨਸ (jinas जिनस = Thing)

ਜਿਲਦ (jilad जिलद جلد = Skin)

ਜਿਮਾ (jimā जिमा = Onus)

ਝਿਜਕ (jhijak झिजक = Hesitation)

ਝਿਲਮਿਲ (jhilmil झिलमिल = Twinkle)

ਟਿਮਕਣਾ (ṭimakṇā टिमकणा = to twinkle)

ਠਿਕਾਣਾ (ṭhikāṇā ठिकाणा = Location)

ਡਿਗਣਾ (ḍigṇā डिगणा = to fall)

ਢਿਲਕਣਾ (ḍhilakṇā ढिलकणा = to roll)

ਤਿਆਗ (tiāg तिआग = Sacrifice)

ਤਿਆਰ (tiār तिआर = Ready)

ਤਿਹਾਰ (tihār तिहार = Festival)

ਤਿਗਣਾ (tigṇā तिगणा = Three fold)

ਤਿਨਕਾ (tinkā तिनका = Particle)

ਤਿਰਛਾ (tirchhā तिरछा = Slant)

ਤਿਲ (til तिल = Sesame seed)

ਤਿਲਕ (tilak तिलक = Coronation)

ਥਿਰ (thir थिर = Steady)

ਥਿੜਰਕਣਾ (thirakṇā थिरकणा = to falter)

ਦਿਆਲ (diāl दिआल = Merciful)

ਦਿਸਣਾ (disṇā दिसणा = to appear)

ਦਿਖਾਣਾ (dikhāṇā दिखाणा = to show)

ਦਿਖਾਵਾ (dikhāvā दिखावा = Show)

ਦਿਨ (din दिन = Day)

ਦਿਮਾਗ਼ (dimāgẖ दिमाग़ دماغ = Brain)

ਦਿਲ (dil दिल دل= Heart)

ਦਿਲਚਸਪ (dilchasap दिलचसप دلچسپ= Interesting)

ਦਿਲਵਰ (dilvar दिलवर دلور = Beloved)

ਦਿਲਾਸਾ (dilāsā दिलासा = Comfort)

ਧਿਆਨ (dhiān धिआन = Attention)

ਧਿਕਕਾਰ (dhikkār धिककार = Disgrace)

ਨਿਆਰਾ (niārā निआरा = Distinct)

ਨਿਜ਼ਕਾਮ (nizkām निझकाम = Selfless)

ਨਿਸਚਿਤ (nischit निसचित = Certain)

ਨਿਸਠਾ (nisṭhā निसठा = Faith)

ਨਿਸਤਾਰਾ (nistārā निसतारा = Salvation)

ਨਿਸਫਲ (nisphal निसफल = Vain)

ਨਿਸਾਨ (nishan निशान = Sign)

ਨਿਸ਼ਾਨਾ (nishānā निशाना = Aim)

ਨਿਸਚਲ (nischal निसचल = Immovable)

ਨਿਹਾਲ (nihāl निहाल = Happy)

ਨਿਕਟ (nikaṭ निकट = Near)

ਨਿਕਲਣਾ (nikalṇā निकलणा = to leave)

ਨਿਕਾਸ (nikās निकास = Orogin)

ਨਿਖਾਰ (nikhār निखार نِکھار = Elegance)

ਨਿਚਲਾ (nichlā निचला = Lower)

ਨਿਡਰ (niḍar नडर = Fearless)

ਨਿਤ (nit नित = Ever)

ਨਿਪਟਣਾ (nipaṭṇā निपटणा = to settle)

ਨਿਮਰਤਾ (nimartā निमरता = Humility)

ਨਿਯਮ (niyam नियम = Rule)

ਨਿਯਮਿਤ (niyamit नियमित = Regular)

ਨਿਰ (nir निर = Without)

ਨਿਰਖਣਾ (nirakhṇā निरखणा = to see)

ਨਿਰਗਮ (nirgam निरगम = Emergence)

ਨਿਰਣਾ (nirṇā निरणा = Decision)

ਨਿਰਤ (nirat निरत = Dance)

ਨਿਰਪਖਤਾ (nirpakhatā निरपखता = Neutrality)

ਨਿਰਮਾਣ (nirmāṇ निरमाण = Creation)

ਨਿਰਾ (nirā निरा = Mere)

ਨਿਰਾਸ (nirās निरास = Disappointed)

ਨਿਵਾਸ (nivās निवास = Abode)

ਪਿਉ (piu पिउ = Father)

ਪਿਆਸਾ (piāsā पिआसा = Thristy)

ਪਿਆਜ਼ (piāz पिआझ پیاز = Onion)

ਪਿਆਦਾ (piādā पिआदा = Pawn)

ਪਿਆਰ (piār पिआर پیار = Love)

ਪਿਆਰਾ (piārā पिआरा پیارا = Dear)

ਪਿਆਲਾ (piālā पिआला = Cup)

ਪਿਛਲਾ (pichhalā पिछला = Previous)

ਫਿਸਲਣਾ (phisalṇā फिसलणा = to slip)

ਫ਼ਿਕਰ (fikar फ़िकर فکر= Care, worry)

ਫਿਰ (phir फिर = Again, then)

ਫਿਰਨਾ (phirnā फिरना = to roam)

ਬਿਆਨ (biān बिआन = Statement)

ਬਿਗਾਨਾ (bigānā बिगाना = Foreign)

ਬਿਪਦਾ (bipadā बिपदा = Distress)

ਭਿਜਣਾ (bhijṇā भिजणा = to become wet)

ਭਿਣਕਣਾ (bhiṇakṇā भिणकणा = to buzz)

ਮਿਹਤਰ (mihtar मिहतर = Sweeper)

ਮਿਹਨਤ (mihnat मिहनत = Hard work)

ਮਿਹਮਾਨ (mihmān मिहमान = Guest)

ਮਿਹਰਬਾਨ (miharbān मिहरबान = Kind)

ਮਿਚਣਾ (michṇā मिचणा = to compare)

ਮਿਜ਼ਾਜ (mizāj मिज़ाज مزاج = Temperament)

ਮਿਟਣਾ (miṭṇā मिटणा = to be extinct)

ਮਿਠਾਸ (miṭhās मिठास = Sweetness)

ਮਿਣਨਾ (miṇnā मिणना = to measure)

ਮਿਰਚ (mirach मिरच = Chilli)

ਮਿਲਣਾ (milṇā मिलणा = to meet)

ਮਿਲਾਪ (milāp मिलाप = Union)

ਰਿਆਇਤ (riāit रिआइत = Favour)

ਰਿਆਸਤ (riāsat रिआसत = Estate)

ਰਿਸ਼ਤਾ (rishtā रिशता رشتہ = Relationship)

ਰਿਸ਼ਵਤ (rishvat रिशवत = Bribe)

ਰਿਕਤ (rikat रिकत = Vacant, empty)

ਰਿਵਾਜ (rivāj रिवाज رواج = Custom)

ਲਿਆਕਤ (liākat लिआकत لیاقت = Ability)

ਲਿਸ਼ਕ (lishak लिशक لشک = Shine)

ਲਿਹਾਜ਼ (lihāz लिहाज़ لحاظ = Consideration)

ਲਿਖਣਾ (lihkṇā लिखणा = to write)

ਲਿਟਣਾ (liṭṇā लिटणा = to lie down)

ਲਿਪਣਾ (lipṇā लिपणा = to smear)

ਲਿਬਾਸ (libās लिबास = Dress)

ਲਿਲਾਟ (lilaṭ लिलाट = Forehead)

ਵਿਅਕਤ (viakat विअकत = Personified)

ਵਿਅਰਤ (viarat विअरत = Useless)

ਵਿਆਹ (viāh विआह = Weddimg)

ਵਿਆਜ (viāj विआज = Interest)

ਵਿਸ (vis विस = Poison)

ਵਿਸਮਾਰ (vis-mār विसमार = Antidote)

ਵਿਸ਼ਵ (vishva विशव = Universe)

ਵਿਸ਼ਾ (vishā विशा = Topic)

ਵਿਸਾਹ (visāh विसाह = Trust)

ਵਿਕਟ (vikaṭ विकट = Complicated)

ਵਿਕਣਾ (vikṇā विकणा = to sell)

ਵਿਕਲਪ (viklap विकलप = Option)

ਵਿਕਾਸ (vikās विकास = Development)

ਵਿਕਾਰ (vikār विकार = Disorder)

ਵਿਖਾਦ (vikhād विखाद = Lamentation)

ਵਿਚ (vich विच = In)

ਵਿਚਾਰ (vichār विचार = Thought)

ਵਿਦਮਾਨ (vidmān विदमान = Present)

ਵਿਦਾ (vidā विदा ودا = Farewell)

ਵਿਧਾਤਾ (vidhātā विधाता = God)

ਵਿਰਕਤ (virakat विरकत = Detached)

ਵਿਰਲਾ (virlā विरला = Rare)

ਵਿਰਾਸਤ (virāsat विरासत وراثت = Inheritance)

ਵਿਰਾਟ (virāṭ विराट = Huge)

ਵਿਰਾਮ (virām विराम = Stoppage)

ਵਿਲਾਸ (vilās विलास = Enjoyment)

ਵਿਵਹਾਰ (vivahār विवहार = Behaviour)

ਵਿਵਾਦ (vivād विवाद = Dispute)

EXERCISE 1 : Read and Write the following Punjabi words in Gurmukhi script :
Do not move to the next step, before finishing the above steps.

1. ਕਿਤਾਬ (Book), ਖਤ (letter), ਸਿਤਾਰ (Guitar), ਵਜਾਣਾ (to play), ਪਿਤਾ (Father), ਨਾਲ (with), ਇਹ (This), ਪਾਠ (Lesson), ਯਾਦ (Remember), ਕਰ (Do), ਲਿਆ (Bring!), ਲਾਲ (Red), ਹਰਾ (Green).

2. Translate in English :

ਬਿਮਲ ਸਿਤਾਰ ਵਜਾ । ਕਿਰਣ ਕਿਤਾਬ ਲਿਆ । ਨਿਰਮਲ ਪਿਤਾ ਨਾਲ ਜਾ । ਮਾਲਾ ਇਕ ਖਤ ਲਿਖ । ਸਤਨਾਮ ਇਕ ਪਾਠ ਯਾਦ ਕਰ । ਲਾਲ ਮਿਰਚ ਨਾ ਖਾ ।

(**ANSWERS**, if you need help : 1. kita!b, khat, sitār, vajāṇā, pitā, nāl, ih, pāṭh, yād, kar, liā, lāl, harā. 2. Bimal Sitār vajā, kiraṇ kitāb liā, Nirmal pitā nāl jā, Mālā ik khat kilh, satnām ik pāṭh yād kar, lāl mirach nā khā)

(4.3) bihārī ਬਿਹਾਰੀ

◌ੀ

(ī ई)

The bihārī (◌ੀ) adds ਈ (ī ई) sound to the consonant, for example :

ਸ਼ੀਸ਼ੀ (shīshī शीशी = Bottle)

ਸੀਰੀ (sīrī सीरी = Partner)

ਹੀਰਾ (hīrā हीरा = Diamond)

ਕੀ (kī की = What?)

ਕੀਰਕੀ (kīrkī कीरकी = Ear ring)

ਕੀਰਤੀ (kīrtī कीरती = Fame)

ਖੀ ਖੀ (khī khī खी खी = Mean laugh)

ਗਿਰੀ (girī गिरी = Kernel)

ਘੀ (ghī घी = Clarified butter)

ਚੀਚੀ (chīchī चीची = the Small finger)

ਛੀ (chhī छी = Yuk!)

ਜੀ (jī जी = Sir! Madam!)

ਤੀਲੀ (jtīlī तीली = Matchstick)

ਧੀ (dhī धी = Daughter)

ਧੀਰੀ (dhīrī धीरी = Iris)

ਨੀਤੀ (nītī नीती = Morality)

ਨੀਲੀ (nīlī नीली = f∘ Blue)

ਪੀ (pī पी = Drink!)

ਪੀਲੀ (pīlī पीली = Yellow)

ਬੀ (bī बी = Seed)

ਬੀਜਣਾ (bījṇā बीजणा = tosow)

ਬੀਤੀ (bītī बीती = f◦ Past)

ਵੀ (bhī भी = Also)

ਮੀਰੀ (mīrī मीरी = Leadership)

ਰੀਤੀ (rītī रीती = Style)

ਵੀ (vī वी = Also)

EXERCISE 1 : Read and Write the following Punjabi words in Gurmukhi script :
Do not move ahead, without understanding what we learned so far.

1. ਗਾ (Sing!), ਗਾਣਾ (Song), ਚਮਚਾ (Spoon), ਆ ਜਾ (Come!), ਨਾਨੀ (Maternal Grandmother).

2. ਵੀਰ (Brother), ਪਿਆਲੀ (Glass), ਸੀਟੀ (Whistle), ਚਾਹ (Tea), ਘੜੀ (Clock), ਪਨੀਰ (Cheese).

3. Translate in English :
ਕਮਲਾ ਗਾਣਾ ਗਾ । ਕਾਕਾ ਆ ਜਾ । ਮਾਮੀ ਚਮਤਾ ਰਖ । ਬਾਬਾ ਸੀਟੀ ਨਾ ਵਜਾ । ਸੀਤਾ ਪਨੀਰ ਲਿਆ । ਰਾਧਾ ਪਿਯਾਲੀ ਵਿਚ ਚਾਹ ਪਾ । ਵੀਰ ਹਰੀ ਸਵਜ਼ੀ ਲਿਆ ।

(**ANSWERS**, if you need help : **1**. gā, gāṇā, chamchā, ā jā, nānī, vīr, piālī, sīṭī, chāh, ghaḍ́ī, panīr.**2**. Kamlā gāṇā gā, Kākā ā jā, Mamī chamchā rakh, Bābā sīṭī nā vajā, Sītā panīr liā, Radhā piālī vich chāh pā, Vīr harī sabzī liā)

(4.4) auṅkar ਔਂਕੜ

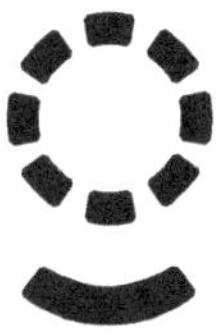

(u ਤ)

The auṅkar (ੁ) adds ੳ (u ਤ) sound to the consonant, for example :

ਉਸ (us उस = Him, her, it)

ਉਸ਼ਾ (ushā उशा = Dawn)

ਉਕਤ (ukat उकत = Said)

ਉਚਿਤ (uchit उचित = Proper)

ਉਠ (uṭh उढ = Get up)

ਉਤਸਵ (utsav उतसव = Festival)

ਉਤਰ (utar उतर = Get down)

ਉਤਾਰ (utār उतार = Slope)

ਉਦਕ (udak उदक = Water)

ਉਪਮਾ (upmā उपमा = Similie)

ਉਪਰ (upar उपर = Abova)

ਉਬਾਸੀ (ubāsī उबासी = Yawn)

ਉਮਰ (umar उमर = Age)

ਉਰ (ur उर = Stomach)

ਉਲਝਣ (uljhaṇ उलझण = Confusion)

ਉਲਟਾ (ulṭā उलटा = Opposite)

ਸੁ (su सु = Therefore)

ਸੁਆਸ (suās सुआस = Breath)

ਸੁਸਤੀ (sustī सुसती = Laziness)

ਸੁਕਣਾ (sukṇā सुकणा = to dry)

ਸੁਕਰ (sukar सुकर = Thanks)

ਸੁਖ (sukh सुख = Happiness)

ਸੁਖੀ (sukhī सुखी = Happy)

ਸੁਜਣਾ (sujṇā सुजणा = to swell)

ਹੁਨਰ (hunar हुनर = Skill)

ਕੁਕਰਮ (kukaram कुकरम = Bad deeds)

ਕੁਮਦ (kumad कुमद = Lily)

ਕੁਮਾਰ (kumār कुमार = Boy)

ਕੁੜੀ (kuḍ́ī कुड़ी = girl)

ਖੁਦ (khud खुद خود = self)

ਗੁਲਾਬ (gulāb गुलाब = Rose)

ਗ਼ੁਲਾਮ (ghulām ग़ुलाम غلام = Servant)

ਚੁਸਤੀ (chustī चुसती چیلتا = Agility)

ਛੁਟਕਾਰਾ (chhuṭkārā छुटकारा = Escape)

ਜੁਬਾਨ (jubān जुबान = Tongue)

ਝੁਕਣਾ (jhukṇā झुकणा = to bow)

ਟੁਟਣਾ (ṭuṭṇā टुटणा = to break)

ਠੁਣਕਣਾ (ṭhuṇakṇā ठुणकणा = to sob)

ਡੁਲਾ (ḍulā डुला = Swing)

ਤੁਰਤ (turat तुरत = Promptly)

ਥੁਕ (thuk थुक = Spite)

ਦੁਆਰ (duār दुआर = Gate)

ਦੁਕਾਨ (dukān दुकान = Shop)

ਦੁਖ (dukh दुख = Pain)

ਦੁਖੀ (dukhī दुखी = Sad)

ਧੁਖ (dhukh धुख = Ignition)

ਨੁਸਖਾ (nuskhā नुसखा = Remedy)

ਦੁਕਸ (nukas नुकस = Defect)

ਪੁਸ਼ਟੀ (pushṭī पुश्टी = Support)

ਪੁਚਕਾਰਣਾ (puchkārṇā पुचकारणा = to caress)

ਫੁਆਰਾ (phuārā फुआरा پھارا= Fountain)

ਬੁਰਜ (buraj बुरज برج= Tower)

ਬੁਰਾ (burā बुरा برا= Bad)

ਭੁਆਨੀ (bhuānī भुआनी = Goddess Durga)

ਮੁਹਰ (muhar मुहर مهر= Seal)

ਮੁਕਤ (mukat मुकत = Libreated)

ਮੁਕਤੀ (muktī मुकती = Liberation)

ਮੁਕਾਮ (mukām मुकाम مقام = Place)

ਮੁਜਰਮ (mujram मुजरम مجرم= Criminal)

ਯੁਗ (yug युग = Era)

ਰੁਮਾਲ (rumāl रुमाल رمال= Scarf)

ਲੁਟਣਾ (luṭṇā लुटणा = to rob)

EXERCISE 1 : Read and Write the following Punjabi words in Gurmukhi script :
Do not move ahead, without understanding what we learned so far.

1. ਕੁਲਫ਼ੀ (Ice-cream popcicle), ਹੁਣ (Now), ਸੁਣ (Listen), ਜੁਰਾਬ (Socks), ਗੁਲਾਬ-ਜਾਮਣ (An Indian sweet), **ਮੁੜਣਾ** (to turn around), ਕੁਰਤਾ (Shirt), ਗੁੜ (Brown sugar), ਬਹੁਤਾ (more), ਚੀਰ (cut).

2. Translate in English :

ਸੁਰਜੀਤ ਕੁਲਫ਼ੀ ਲਿਆ । ਕਿਸ਼ਨ ਕੁਰਤਾ ਪਾ । ਸੁਧੀਰ ਚਾਹ ਵਿਚ ਬਹੁਤਾ ਗੁੜ ਨਾ ਜਾ । ਗੁਲਾਬ ਹੁਣ ਉਠ ਪਉ ਸਦਾ ਸੁਖੀ ਰਹੁ । ਮਦਨ ਕਹਾਣੀ ਸੁਣ । ਸ਼ੀਲਾ ਖੀਰਾ ਚੀਰ ।

(**ANSWERS**, if you need help : **1**. kulphī, huṇ, suṇ, jurāb, gulāb-jāmaṇ, muḍ́ṇā, kurtā, guḍ́, bahutā, chīr. **2**. Surjīt kulfī liā, Kishan kurtā pā, Sudhīr chāh vich bahutā guḍ nā pā, GulaEb huṇ uṭh paū sadā sukhī rahu, Madan kahāṇī suṇ, Shīlā khīraE chīr)

(4.5) dulai̇nkar ਦੁਲੈਂਕੜ

(ū ऊ)

The dulai̇nkar (ੂ) adds ਊ (ū ऊ) sound to the consonant, for example :

- ਸੂਅਰ (sūar सूअर = Pig)
- ਸੂਈ (sūī सूई = Needle)
- ਸੂਤਰ (sūtar सूतर = Formula, String)
- ਸੂਨ (sūn सून = Zero, Empty)
- ਸੂਬਾ (sūbā सूबा = Province)
- ਸੂਰਜ (sūraj सूरज = Sun)
- ਸੂਰਮਾ (sūrmā सूरमा = Hero)
- ਸੂਲ (sūl सूल = Thorn)
- ਸੂਲੀ (sūlī सूली = Gallows)
- ਹੂਟਾ (hūṭā हूटा = Swing)
- ਕੂਕਰ (kūkar कूकर = Dog)
- ਕੂਚੀ (kūchī कूची = Brush)
- ਕੂੜਾ (kūḍ́ā कूड़ा = Trash)
- ਖੂਨ (khūn खून = Murder, Blood)
- ਖੂਨੀ (khūnī खूनी = Assassin)
- ਖੂਬ (khūb खूब = Plenty)
- ਖੀਬੀ (khūbī खूबी = Speciality)
- ਗੂਠਾ (gūṭhā गूठा = Thumb)

ਘੂਸ (ghūs घूस = Bribe)

ਚੂਹਾ (chūhā चूहा = Mouse)

ਚੂਕ (chūk चूक = Mistake)

ਚੂੜੀ (chuḍ̣ī चूड़ी = Bangle)

ਛੂਈ-ਮੂਈ (chhūī-mūī छूई–मूई = Touch-me-not)

ਜੂਤ (jūta जूत = Shoe)

ਝੂਠ (jhūṭh झूठ = Lie)

ਟੂਣਾ (ṭūṇā टूणा = Witchcraft)

ਠੂਠਾ (ṭhūṭhā ठूठा = Bowl)

ਡੂਨਾ (ḍūnā डूना = Cup made of leaves)

ਤੂਤ (tūt तूत = Mulberry)

ਦੂਤ (dūt दूत = Ambassador)

ਦੂਰ (dūr दूर = Far)

ਦੂਰੀ (dūrī दूरी = Distance)

ਧੂਮ ਧਾਮ (dhūm dhām धूम धाम = Tumult)

ਪੂਜਾ (pūjā पूजा = Worship)

ਪੂਰਬ (pūrab पूरब = East)

ਫੂਕ (phūk फूक = Blowing)

ਬੂਆ, ਭੂਆ (buā, bhūā भूआ = Aunt)

ਬੂਰਾ (būrā बूरा = Powder)

ਭੂਤ (Bhūt भूत = Ghost)

ਭੂਮੀ (bhūmī भूमी = Earth)

ਮੂਕ (mūk मूक = Dumb)

ਮੂਰਖ (mūrakh मूरख = Fool)

ਮੂਰਤ (mūrat मूरत = Picture)

ਮੂਰਤੀ (mūratī मूरती = Statue)

ਮੂਲ (mūl मूल = Root)

ਯੂਨਾਨ (yūnān यूनान = Greece)

ਰੂਪ (rūp रूप = Form)

ਲੂਣ (lūṇ लूण = Salt)

EXERCISE 1 : Read and Write the following Punjabi words in Gurmukhi script :
Do not move ahead, without understanding what we learned so far.

1. ਕਬੂਤਰ (Pegion), ਗਊ (Cow), ਆਲੂ (Potato), ਝਾੜੂ (Broom), ਮੂਲੀ (Raddish), ਚਾਕੂ (Knife), ਸਕੂਲ (School), ਪੂਛ (Tail).

2. Translate in English :

ਸੁਰਜੀਤ ਉਠ । ਸੂਰਜ ਨਿਕਲ ਆਇਆ । ਸੀਤਾ ਪੂੜਾ ਤਲ । ਸ਼ੀਲਾ ਆਲੂ ਮੂਲੀ ਚਾਕੂ ਨਾਲ ਚੀਰ । ਲੂਣ ਨਾਲ ਮੂਲੀ ਖਾ । ਕਬੂਤਰ ਚੂਹਾ ਗਊ ਕੂਕਰ ਦੀ ਮੂਰਤ ਬਣਾ ।

(**ANSWERS**, if you need help : **1**. kabūtar, gaū, ālū, jhāḍ́ū, mūlī, chākū, sakūl, pūchh. **2**. Surjīt uṭh, sūraj nikal āiyā, Sītā pūḍ́ā tal, ShīlaE ālū mūlī chākū nāl chīr, lūṇ nāl mūlī khā; Kabūtar chūhā gaū kūkar dī mūrat baṇā)

(4.6) lā̃vā̃ ਲਾਂਵਾਂ

◌ੇ

(e ए)

The lā̃vā̃ (◌ੇ) adds ਏ (e ए) sound to the consonant, for example :

ਸ਼ੇਸ਼ (shesh शेश = Remainder)

ਸੇਕ (sek सेक = Heat)

ਸੇਜ (sej सेज = Bed)

ਸੇਠ (seṭh सेठ = Banker)

ਸੇਤ (set सेत = White)

ਸੇਮ (sem सेम = Bean)

ਸੇਰ (ser सेर = Tiger, Lion)

ਸੇਵਾ (sevā सेव = Service)

ਹੇ (he! हे! = O!)

ਹੇਕੜੀ (hekḍ́ī हेकड़ी = Arrogance)

ਕੇਲਾ (kelā केला = Banana)

ਖੇਡ (kheḍ खेड़ = Play)

ਖੇਤ (khet खेत = Field)

ਘੇਰਾ (gherā घेरा = Circuit)

ਚੇਹਰਾ (chehrā चेहरा = Face)

ਚੇਲਾ (chelā चेला = Disciple)

ਛੇਕ, ਛੇਦ (chhek, chhed छेक, छेद = Hole)

ਛੇਤੀ (chhetī छेती = Promptly)

ਜੇਠਾ (jeṭhā जेठा = Elder)

ਜੇਬ (jeb जेब زیب= Pocket)

ਟੇਕ (ṭek टेक = Support)

ਟੇਢਾ (ṭeḍhā टेढा = Oblique)

ਠੇਕਾ (ṭhekā ठेका = Contract)

ਠੇਕੇਦਾਰ (ṭhekedār ठेकेदार = Contractor)

ਠੇਠ (ṭheṭh ठेठ = Pure)

ਢਿਲਕਣਾ (ḍhilakṇā ढिलकणा = to roll)

ਤੇਲ (tel तेल = Oil)

ਥਿਰ (thir थिर = Steady)

ਦੇਸ (des देस = Country)

ਦੇਸੀ (desī देसी = Native)

ਦੇਖ (dekh देख = Look)

ਪੇਸ਼ (pesh पेश = In front of)

ਫੇਰਾ (pherā फेरा = Circuit)

ਬੇਅਦਬ (be-adab बेअदब بےادب = Rude)

ਬੇਸੁਧ (besudh बेसुध = Unconscious)

ਬੇਹਦ (behad बेहद بے حد= Too much)

ਬੇਕਸੂਰ (bekasūr बेकसूर بے قصور= Innocent)

ਬੇਕਾਰ (bekār बेकार = Useless)

ਬੇ-ਜਾ (bejā बेजा = Improper)

ਬੇਜ਼ਾਰ (bezār बेज़ार = Fed up)

ਬੇਟਾ (beṭā बेटा = Son)

ਬੇਟੀ (beṭī बेटी = Daughter)

ਬੇਦਰਦ (bedarad बेदरद = Heartless)

ਬੇਦਿਲ (bedil बेदिल = Unwilling)

ਭੇਦ (bhed भेद = Difference)

ਭੇਦ ਭਾਵ (bhed bhāv भेद भाव = Discrimination)

ਮੇਥੀ (methī मेथी = Fenugreek)

ਮੇਲ (mel मेल = Union)

ਰੇਸ਼ਮ (resham रेशम = Silk)

ਰੇਖਾ (rekhā रेखा = Line)

ਰੇਤ (ret रेत = sans)

ਰੇਤ ਪੇਲ (rel pel रेल पेल = Plenty)

ਲੇਸ (les लेस = Glue)

ਲੇਖ (lekh लेख = Essay)

ਲੇਟਣਾ (leṭṇā लेटणा = to lie down)

ਵੇਸ (ves वेस = Dress)

ਵੇਚਣਾ (vechṇā वेचणा = to sell)

ਵੇਲ (vel वेल = Vine)

ਵੇਲਾ (velā वेला = Time)

EXERCISE 1 : Read and Write the following Punjabi words in Gurmukhi script : Do not move ahead, without understanding what we learned so far.

1. ਭਗਤ (Devotee), ਮੇਲਾ (A fair), ਰੇਲ (Train), ਸੇਬ (Apple), ਮੇਰਾ (My), ਏਥੇ (Here), ਤੇਰਾ (Your), ਤੇ (And), ਸਲੇਟ (Slate), ਸਹੇਰ (City), ਕਪੜੇ (Clothes), ਮਲਣਾ (to rub)

2. Translate in English :

ਵਿਪਲਾ ਮੇਰੇ ਨਾਲ ਮੇਲੇ ਚਲ । ਕਰਨ ਛੇਤੀ ਛੇਤੀ ਚਲ । ਰੇਲ ਆ ਗਇ ਸਹੇਰ ਜਾ । ਕਾਕੇ ਤੇਲ ਸਲ ਕੇ ਨਹੋ ਤੇ ਕਪੜੇ ਪਾ । ਸੇਬ ਤੇ ਕੇਲਾ ਖਾ । ਦੇਸ ਭਗਤ ਬਣ ।

(**ANSWERS**, if you need help : **1**. bhagat, melā, rel, seb, merā, aithe, terā, te, saleṭ, saher, kapḍe, malṇā. **2**. Viplā mere nāl mele chal, karan chhetī chhetī chal, rel ā gayī saher jā, Kake tel mal ke nahā te kapḍe pā, seb te lekā khā, des bhagat baṇ)

(4.7) dulā̃vā̃ ਦੁਲਾਂਵਾਂ

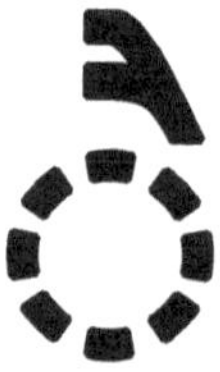

(ai ऐ)

The dulāṅvāṅ (ੈ) adds ਐ (ai ऐ) sound to the consonant, for example :

ਸ਼ੈ (shai शै = Thing)

ਸ਼ੈਤਾਨ (shaitān शैतान = devil)

ਸੈਨਾ (sainā सैना = Army)

ਸੈਰ (sair सैर = Stroll)

ਸ਼ੈਲੀ (shailī शैली = Style)

ਹੈ (hai है = Is)

ਹੈਸਨ (haisan हैसन = Were)

ਹੈਗਾ (haigā हैगा = Is, sure)

ਕੈਵਾਨ (haivān हैवान = Beast)

ਕੈ (kai कै = How many)

ਕੈਦ (kaid कैद = Prison)

ਕ (kaidī कैदी = Prisoner)

ਖੈਰ (khair खैर خیر = Welfare)

ਖੈਰਾਤ (khairāt खैरात خیرات= Charity)

ਗ਼ੈਰ (gair गैर غیر= Stranger)

ਗ਼ੈਰ ਹਾਜ਼ਰੀ (gair hāzrī गैर हाज़री غیر حاضری= Absence)

ਗੈਰ ਮੁਲਕ (gair mulak गैर मुलक غیرملک= Alien country)

ਚੈਨ (chain चैन = Relief)

ਛੈਣੀ (chhaiṇī छैणी = Chisel)

ਜੈ (jai जै = Victory)

ਜੈਸਾ (jaisā जैसा = As)

ਟੈਣਾ (ṭaiṇā टैणा = Dwarf)

ਡੈਨ (dain डैन = Witch)

ਤੈ (tai तै = Settled)

ਤੈਸਾ (taisā तैसा = Like that)

ਥੈਲੀ (thailī थैली = Bag)

ਦੈਨਿਕ (dainik दैनिक = Daily)

ਪੈਸਾ (paisā पैसा = Monay)

ਪੈਜ (paij पैज = Bet)

ਪੈਦਲ (paidal पैदल = By foot)

ਪੈਦਾ (paidā पैदा = Born)

ਪੈਰ (pair पैर = Foot)

ਫੈਲਣਾ (failṇā फैलणा = to spread)

ਬੈਠਕ (baiṭhak बैठक = Meeting)

ਬੈਠਣਾ (baiṭhṇā बैठणा = to sit)

ਭੈ (bhai भै = Fear)

ਭੈਣ (bhaiṇ भैण = Sister)

ਮੈਤਰੀ (maitrī मैतरी = Friendship)

ਮੈਦਾਨ (maidān मैदान = Ground)

ਮੈਲ (mail मैल = Dirt)

ਮੈਲਾ (mailā मैला = Dirty)

ਰੈਣ (raiṇ रैण = Night)

ਰੈਤਾ (raitā रैता = Curd Salad)

ਲੈ (lai लै = Take)

ਵੈਦ (vaid वैद = Doctor)

ਵੈਰ (vair वैर = Enmity)

ਵੈਰਾਗ (vairāg वैराग = Renunciation)

ਵੈਰੀ (vairī वैरी = Enemy)

EXERCISE 1 : Read and Write the following Punjabi words in Gurmukhi script :
Do not move ahead, without understanding what we learned so far.

1. ਐਨਕ (Eye Glasses), ਹਨ (Are), ਅਸੀ (We), ਸਵੇਰੇ (In the morning), ਅਜ (Today), ਐਤਵਾਰ (Sunday), ਦਾ (of), ਬੈਠ (Sit), ਵਿਚ (In), ਹਿਲਾਣਾ (to shake, move),

2. Translate in English :

ਸੁਭਾਸ਼ ਪੈਰ ਨਾ ਹਿਲਾ । ਆ ਚੈਨ ਨਾਲ ਬੈਠ । ਚਲ ਅਜ ਸਵੇਰੇ ਮੈਦਾਨ ਵਿਚ ਸੈਰ ਕਰਿਏ ਤੇ ਖੇਡਿਏ । ਤੇਰੇ ਕਪੜੇ ਮੈਲੇ ਹਨ ਨਵੇ ਪਾ । ਇਹ ਐਨਕ ਭੈਣ ਜੀ ਦੀ ਹੈ ।

REMEMBER : PUNJABI IS A LANGUAGE AND GURMUKHI IS A SCRIPT.

(**ANSWERS**, if you need help : **1**. ainak, han, asī, savere, aj, aitvār, dā, baiṭh, vich, hilāṇā. **2**. Subhāsh pai nā hilā, ā chain nāl baiṭh, chal aj savere maidān vich sair kariye te kheḍiye, tere kapḍe maile han nave pā, ih ainak bhaiṇ jī dī hai)

(4.8) horā ਹੋੜਾ

◌ੋ

(O ਓ)

The horā (◌ੋ) adds ੳ (O ਓ) sound to the consonant, for example :

ਸੋਈ (soī सोई = Same)

ਹੋ (ho हो = be)

ਹੋਸ਼ (hosh होश = Sense)

ਹੋਠ (hoṭh होठ = Lip)

ਹੋਰ (hor होर = More)

ਹੋਵੇ (hove होवे = Should be)

ਕੋਈ (koī कोई = Someone)

ਕੋਸ਼ (kosh कोश = Treasure)

ਕੋਸਾ (kosā कोसा = Luke warm)

ਕੋਠੀ (koṭhī कोठी = Mansion)

ਕੋਣ (koṇ कोण = Angle)

ਕੋਨਾ (konā कोना = Corner)

ਕੋਮਲ (komal कोमल = Soft)

ਕੋਲ (kol कोल = Near)

ਖੋਤਾ (khotā खोता = Donkey)

ਖੋਪੜੀ (khopaḍ́ī खोपड़ी = Skull)

ਖੋਪਾ (khopā खोपा = Coconut)

ਗੋਇਆ (goiā गोइआ, गोया = As if)

ਗੋਡਾ (goḍā गोडा = Knee)

ਗੋਤ (got गोत = Linage)

ਗੋਤਾ (gotā गोता = Dip)

ਗੋਦੀ (godi गोदी = Lap)

ਗੋਲ (gol गोल = Round)

ਘੋੜਾ (ghoḍ́ā घोड़ा = Horse)

ਘੋਰ (ghor घोर = Horrible)

ਚੋਖਾ (chokhā चोखा = Pretty)

ਚੋਗਾ (chogā चोगा = Shirt)

ਚੋਟ (choṭ चोट = Hurt)

ਚੋਟੀ (choṭī चोटी = Pony tail)

ਚੋਰ (chor चोर = Thief)

ਚੋਲਾ (cholā चोला = Shirt)

ਛੋਟਾ (chhoṭā छोटा = Small)

ਛੋਲੇ (chhole छोले = Chick peas)

ਜੋਸ਼ (josh जोश = Zeal)

ਜੋਰ (jor जोर = Strength)

ਝੋਕਣਾ (jhokṇā झोकणा = th throw)

ਟੋਕਰੀ (ṭokrī टोकरी = Basket)

ਟੋਟਾ (ṭoṭā टोटा = Piece)

ਟੋਪੀ (ṭopī टोपी = Cap)

ਟੋਲੀ (ṭolī टोली = Gang)

ਠੋਕਰ (ṭhokar ठोकर = Kick)

ਡੋਡੀ (ḍoḍī डोडी = Bud)

ਡੋਰ (ḍor डोर = String)

ਡੋਲੀ (ḍolī डोली = Palanquin)

ਢੋਲ (ḍhol ढोल = Kettle Drum)

ਤੋਤਾ (totā तोता = Parrot)

ਤੋਪ (top तोप = Cannon)

ਤੋਰੀ (torī तारी = Zuchini)

ਥੋੜਾ (thoḍ́ā थोड़ा = A little)

ਦੋ (do दो = Two)

ਦੋਸ਼ (dosh दोश = Fault)

ਦੋਸਤ (dost दोसत = Friend)

ਦੋਸਤੀ (dostī दोसती = Friendship)

ਦੋਖ (dokh दोख = Fault, sin)

ਦੋਖੀ (dokhī दोखी = Sinner)

ਦੋਬਾਰਾ (dobārā दोबारा = Twice, again)

ਧੋਖਾ (dhokhā धोखा دھوکہ = Deceit)

ਧੋਬੀ (dhobī धोबी = Washerman)

ਪੋਚਾ (pochā पोचा = Plaster)

ਪੋਲਾ (polā पोला = Loose)

ਫੋਕਟ (phokaṭ फोकट = Free)

ਫੋਕਾ (phokā फोका = Empty)

ਬੋਝਲ (bojhal बोझल = Heavy)

ਬੋਣਾ (boṇā बोणा = to sow)

ਬੋਦੀ (bodī बोदी = Pigtail)

ਬੋਲਣਾ (bolṇā बोलणा = tospeak)

ਬੋਲੀ (bolī बोली = Language)

ਭੋਜ (bhoj भोज = Feast)

ਭੋਰ (bhor भोर = Dawn)

ਭੋਲਾ (bholā भोला = Innocent)

ਮੋਹ (moh मोह = Affection)

ਮੋਹਰ (mohar मोहर = Gold Coin)

ਮੋਚ (moch मोच = Sprain)

ਮੋਟਾ (moṭā मोटा = Fat)

ਮੋਤੀ (motī मोती = Pearl)

ਮੋਨ (mon मोन = Silence)

ਮੋਮ (mom मोम = Wax)

ਮੋਰ (mor मोर = Peacock)

ਮੋਰੀ (morī मोरी = Hole)

ਯੋਧਾ (yodhā योधा = warrior)

ਰੋਕਣਾ (rokṇā रोकणा = to stop)

ਰੋਗ (rog रोग = Disease)

ਰੋਗਣ (rogaṇ रोगण = Paint)

ਰੋਜ਼ (roz रोज़ روز= Daily)

ਰੋਜ਼ੀ (rozī रोज़ी روزی= Occupation)

ਰੋਟੀ (roṭī रोटी = Bread)

ਰੋਣਾ (rokṇā रोणा = to cry)

ਲੋ (lo लो = Take)

ਲੋਹਾ (lohā लोहा = Iron)

ਲੋਕ (lok लोक = World)

ਲੋਕ ਸੇਵਾ (lok sevā कोक सेवा = Public service)

ਲੋਕ ਰਾਜ (lok rāj लोक राज = Democracy)

ਲੋਟਾ (loṭā लोटा = Jug)

EXERCISE 1 : Read and Write the following Punjabi words in Gurmukhi script :
Do not move ahead, without understanding what we learned so far.

1. ਪਗੜੀ (Turban), ਧਰਤੀ (Earth), ਰਿਹਾ (Is happening), ਉਧਰ (There), ਬਹੁਤ (Very), ਭੀੜ (Crowd), ਜੋਤੀ (Flame), ਕਠੋਰ (Harsh), ਮਨੋਭਾਵ (Emotion), ਮਨੋਬਲ (Morale), ਮਨੋਦਸ਼ਾ (Mood), ਮਨੋਕਾਮਨਾ (Desire), ਕਰੋ (Do), ਕਰੋੜ (Ten Million), ਸਰੋਤਾ (Nut-Cracker), ਕੋਕਾਕੋਲਾ (Coca Cola)

2. Translate in English :

ਗੋਪਾਲ ਦਾ ਘੋੜਾ ਕਾਲਾ ਹੈ । ਮੋਹਨ ਦੇ ਬਾਗ ਵਿਚ ਮੋਰ ਨਚ ਰਿਹਾ ਹੈ । ਪਗੜੀ ਗੋਲ ਹੈ ਧਰਤੀ ਗੋਲ ਹੈ । ਉਧਰ ਮੇਲੇ ਵਿਚ ਬਹੁਤ ਭੀੜ ਹੈ ।

(**ANSWERS**, if you need help : **1**. pagḍ́ī, dhartī, rihā, udhar, bahut, bhīḍ́, jotī, kaṭhor, manobhāv, manobal, manodashā, karo, karoḍ́, sarotā, Kokā-kolā. **2**. Gopāl dā ghoḍ́ā kālā hai, Mohan de bāg vich mor nach rihā hai, pagḍ́ī gol hai dhartī gol hai, udhar mele vich bahut bhīḍ́ hai)

(4.9) kanaurā ਕਨੌੜਾ

◌ੌ

(au औ)

The kanaurā (◌ੌ) adds ਔ (au औ) sound to the consonant, for example :

ਸ਼ੌਕ (shauk शौक = Fancy)

ਸੌਖ (saukh सौख = Comfort)

ਸੌਗੀ (saugī सौगी = Raisins)

ਸੌਣ (sauṇ सौण = Sleeping)

ਸੌਦਾ (saudā सौदा Business)

ਸੌਦਾਈ (saudāī सौदाई = Crazy)

ਸੌਦਾਗਰ (saudāgar सौदागर = Trader)

ਸੌਦਾਗਰੀ (saudāgarī सौदागरी = Trade)

ਸੌਦੇਬਾਜ਼ (saudebāz सौदेबाझ = Haggler)

ਸੌਦੇਬਾਜ਼ੀ (saudebāzī सौदेबाझी = Bargening)

ਹੌਲੇ (haule हौले = Slowly)

ਕੌਣ (kauṇ कौण = Who?)

ਕੌਮ (kaum कौम = Tribe)

ਕੌੜਾ (kauḍā कड़ा = Bitter)

ਖੌਲਣਾ (khaulṇā खौलणा = to bubble)

ਗੌਰਵ (gaurav गौरव = Glory)

ਘੌਲ (ghaul घौल = Laziness)

ਚੌੜਾ (chauḍā चौड़ा = Wide)

ਚੌੜਾਈ (chauḍāī चौड़ाई = Width)

ਜੌਹਰੀ (jauharī जौहरी = Jeweller)

ਜੌੜਾ (jauḍā जौड़ा = Pair)

ਠੌਰ (ṭhaur ठौर = Abode)

ਡੌਲ (daul डौल = Mode)

ਤੌਰ (taur तौर = Method)

ਦੌਰਾ (daurā दौरा = Fit, Spasm)

ਪੌਦਾ (paudā पौदा = Plant)

ਫ਼ੌਜ (fauj फ़ौज فوج = Army)

ਫ਼ੌਜੀ (faujī फ़ौजी فوجی = Martial)

ਫ਼ੌਤ (faut फ़ौत فوت = Death)

ਫ਼ੌਰਨ (fauran फ़ौरन فورن = Quickly)

ਫ਼ੌਲਾਦ (faulād फ़ौलद فولاد = Steel)

ਬੌਲਾ (baulā बौला = Mad)

ਭੌਤਿਕ (bhautik भौतिक = Mundane)

ਮੌਜ (mauj मौज = Enjoyment)

ਮੌਤ (maut मौत = Death)

ਰੌਣਕ (rauṇak रौणक = Splendour)

ਰੌਣਕੀ (rauṇakī रौणकी = Jolly)

ਰੌਲਾ (raulā रौला = Uproar)

ਲੌਕੀ (laukī लौकी = Pumpkin)

EXERCISE 1 : Read and Write the following Punjabi words in Gurmukhi script :
Do not move ahead, without understanding what we learned so far.

1. ਦੌੜ (Run), ਪਕੌੜਾ (Fritter), ਮਕੌੜਾ (Black Ant), ਔਖਾ (Difficult), ਔਟਾ (Boiled), ਔਸ਼ਧ (Medicine), ਔਘਟ (Crisis), ਔਜ਼ਾਰ (Tool), ਔਧਰ (There), ਔਰਤ (Woman), ਔਲਾਦ (Child), ਖਿਡੌਣਾ (Toy), ਹੌਲੀ (Slowly), ਖੜਾ (Standing), ਕਰਾਰਾ (Crunchy), ਸੀ (Was), ਬੜਾ (Very), ਵੇਖੋ (See), ਕਲ (Yesterday, Tomorrow)
2. Translate in English :

ਸੌਹਨ ਕਰਾਰੇ ਪਕੌੜੇ ਖਾ । ਵੇਖੋ ਔਧਰ ਕੌਣ ਆਇਆ ਹੈ । ਕਲ ਦਾ ਪਾਠ ਬੜਾ ਔਖਾ ਸੀ । ਹੌਲੀ ਹੌਲੀ ਨਾ ਚਲੋ ਛੇਤੀ ਛੇਤੀ ਦੌੜੋ । ਖਿੜੌਣੇ ਕੌਣ ਖੇੜਦਾ ਹੈ ?

(**ANSWERS**, if you need help : **1**. dauḍ́, pakoḍ́ā, makoḍ́ā, aukhā, auṭā, aushadh, aughaṭ, auzār, audhar, aulād, khiḍ́auṇā, haulī, khaḍ́ā, karārā, sī, baḍ́ā, vekho, kal. **2**. Sauhan karāre pakauḍ́e khā, vekho audhar kauṇ āiā hai, kal dā pāṭh baḍ́ā aukhā sī, holī holī nā chalo chhetī chhetī dauḍ́o, khiḍ́auṇe kauṇ kheḍ́dā hai?)

(4.10) bindī ਬਿੰਦੀ

◌ਂ

(ṅ, ñ, ṇ, n, ṁ ङ, ञ, ण, न, म)

The nindī (◌ਂ) adds Nasal Sound to the Vowel Mark before/below it.

NOTES :

(**1**) Bindī ◌ਂ may be used with Kannā ◌ਾਂ, Biharī ◌ੀਂ, Lā̃vā̃ ◌ੇਂ, Dulā̃vā̃ ◌ੈਂ, Horā ◌ੋਂ, Kanaurā ◌ੌਂ and with the letters u ਉਂ and ū ਊਂ.

(**2**) Bindī ◌ਂ is not used with Sihārī ਿ◌ਂ, auṅkar ◌ੁਂ and Dulaiṅkar ◌ੂਂ

EXAMPLES

ਸਾਂਚਾ (sā̃chā साँचा = Mould)

ਸਾਂਭਰ (sāṁbhar सांभर = Antelope)

ਸ਼ਾਂਤ (shāṅt शांत = Peaceful)

ਸੌਂਪਣਾ (sauṁpṇā सौंपणा = to entrust)

ਸ਼ਾਂਤੀ (shāṅtī शांति = Peace)

ਹੈਂ (haĩ हैं = Are)

ਸਾਂਭ (sāṁbh सांभ = Care)

ਹੇਠਾਂ (heṭhā̃ हेठाँ = Below, Sub)

ਕ੍ਰਾਂਤੀ (kaṟntī क्रांती = Revolution)

ਕ੍ਰਾਂਤੀਕਾਰੀ (krāntīkārī क्रांतीकारी = Revolutionary)

ਖੰਘਸਣਾ (khā̃sṇā खाँसणा = to cough)

ਗੇਂਦ (gend गेंद = Ball)

ਗੇਂਦਾ (gendā गेंदा = Marigold)

ਚਾਂਟਾ (chāṇṭā चाँटा = Slap)

ਚਾਂਦਨੀ (chāndanī चांदनी = Moon light)

ਛਟਾਂਕ (chhaṭāṅk छटांक = 1/16 Seer)

ਜਾਂ (jā̃ जाँ = Whenever)

ਜਾਂਚ (jāñch जाँच = Check, Examine)

ਝਾਂਸਾ (jhā̃sā झाँसा = Bluff)

ਝਾਂਕਣਾ (jhā̃knā झाँकणा = to peep)

ਟਾਂਕਾ (ṭāṅkā टाँका = Stitch)

ਟਾਵਾਂ (ṭāvā̃ टावाँ = Rare)

ਟੈਂਚੀ (ṭaiñchī टैंची = Cistern)

ਡਿੰਗ (ḍiṅg डिंग = Boast)

ਤਾਂ (tā̃ ताँ = Then, at that time)

ਥਾਂ (thā̃ थाँ = Place)

ਦੇਹਾਂਤ (dehānt देहान्त = Death)

ਨਵਾਂ (navā̃ नवाँ = New)

ਨਾਂ (nā̃ नाँ = Name)

ਨਾਂਵ (nā̃v नाँव = Noun)

ਪਾਂ (pā̃ पाँ = Pus)

ਪੈਂਠ (paiṇṭh पैंठ = Physique)

ਪੈਂਠ (paiṇṭh पैंठ = 65)

ਫਾਂਸੀ (phā̃sī फाँसी = Noose)

ਬਾਂਕਰੇ (bānkre बाँकरे = Gallant)

ਬਾਂਝ (bāñjh बांझ = Sterile)

ਬਾਰਾਂ (bārā̃ बाराँ = 12)

ਬਾਰਾਂ ਮਾਸੀ (bārā̃ māsī बारा मासी = perennial)

ਭੈਣਾਂ (bhaiṇā̃ भैणाँ = Sisters)

ਮਾਂ (mā̃ माँ = mother)

ਮਾਂਗ (mā̃g माँग = Parting of hair)

ਮੈਂ (maĩ मैं = I, myself)

EXERCISE 1: Read and Write the following Punjabi words in Gurmukhi script :
Do not move ahead, without understanding what we learned so far.

1. ਕੈਂਚੀ (Scissor), ਤਾਂਗਾ (Tonga), ਤਾਂਘ (Desire), ਤਾਂਡਵ (**Shiva's Dance**), ਕਾਂ (Crow), ਆਂ (Mucus), ਆਉਂਦ (Appearance), ਪੀਂ (Pelican), ਭੇਂ (Lotus stem), ਮੇਂਢਾ (Ram), ਬਕਰੀ (Goat), ਬਾਂਦਰ (Monkey)

2. Translate in English :

ਕਾਂ ਕਾਂ-ਕਾਂ ਬੋਲਦਾ ਬਕਰੀ ਮੇਂ-ਮੇਂ ਬੋਲਦੀ । ਬਾਂਦਰ ਕੇਲਾ ਖਾ ਰਿਹਾ ਹੈ ।

(**ANSWERS**, if you need help : **1**. kaĩchī, tāngā, tā̃kh, Tāṇḍav, kā̃, ā̃, a!ū̃d, paĩ, bhẽ, meṇḍhā, bakrī, bandar. **2**. kā̃ kā̃-kā̃ boldā bakrī mẽ mẽ boldī, bandar kelā khā rihā hai)

ਭੇਂ (Lotus stem),

(4.11) ṭippī ਟਿੱਪੀ

(ṅ, ñ, ṇ, n, ṁ ङ्, ञ्, ण्, न्, म्)

The ṭippī (◌ੰ) adds nasal sound to the letter below it.

NOTES :

(1) Ṭippī ◌ੰ may be used with Sihārī ਿ◌, auṅkar ◌ੁ and Dulaiṅkar ◌ੂ

(2) Ṭippī ◌ੰ is never used with Kannā ◌ਾ, Biharī ◌ੀ, Lā̃vā̃ ◌ੇ, Dulā̃vā̃ ◌ੈ, Horā ◌ੋ, Kanaurā ◌ੌ and with the letters u ਉ and ū ਊ.

(3) Bindī and Ṭippī both are never used together with the same latter. Only one of them is used with the applicable letters.

EXAMPLES

ਅੰਗ (jaṅg अंग = Limb)

ਅੰਗੂਠਾ (aṅgūṭhā अँगूठा = Thumb)

ਅੰਗਰੇਜ਼ੀ (aṅgrezī अँगरेझ़ी = English)

ਅੰਗੂਠੀ (aṅgūṭhī अँगूठी = Ring)

ਅੰਗੂਰ (aṅgūr अंगूर = Grapes)

ਅੰਨ (Ann अंन = Food)

ਅਰੰਭ (jarambh अरंभ = Beginning)

ਇੰਦਰ (indar इंदर = King of Gods)

ਏਦੂੰ (aidū̃ ऐदूँ = From this)

ਸੰਸਦ (sansad संसद = Parliament)

ਸੰਕਟ (jsaṅkaṭ संकट = Crisis)

ਸੰਕਾ (jsaṅkā संका = Doubt)

ਸੰਕੇਤ (saṅket संकेत = Hint)

ਸੰਗਮ (saṅgam संगम = Junction)

ਸੰਜੋਗ (sañjog संजोग = Chance)

ਸਿੰਗ (sing सिंग = Horn)

ਸਿੰਘ (singh सिंघ = Lion)

ਸੁੰਦਰ (sundar सुंदर = Beautiful)

ਸੁੰਨਾ (sunnā सुंना = Empty)

ਹਿੰਦ (Hind हिंद = India)

ਹਿੰਦੀ (hindī हिंदी = Hindī language)

ਹਿੰਦੂ (hindū हिंदू = Hindū people)

ਹਿੰਮਤੀ (himmatī हिंमती = Courageous)

ਕੰਕਰ (kaṅkar कंकर = Pebble)

ਕੰਗਾਲ (kaṅgāl कंगाल = Bankrupt)

ਕੰਠ (kanṭh कंठ = Throat)

ਖੰਡ (khanḍ खंड = Part)

ਗੰਗਾ (gaṅgā गंगा = Ganges)

ਗੁੰਡਾ (gunḍā गुंडा = Hooligan)

ਘੰਟਾ (ghanṭā घंटा = Bell)

ਘੂੰ ਘੂੰ (ghū̃ ghū̃ घूँ घूँ = Buzz)

ਟੰਗਾ (chaṅgā चंगा = Good)

ਚੰਚਲ (chañchal चंचल = Agile)

ਚੰਡੀ (chanḍī चंडी = Goddess Kalī)

ਚੰਦਰ (chandar चंदर = Moon)

ਚੰਦ੍ਰਿਕਾ (chandrikā चंद्रिका = Moonlight)

ਚੰਦਾ (chandā चंदा = Subscription)

ਜੰਗਲ (jaṅgal जंगल = Forest)

ਜਿੰਦ (jind जिंद = Life)

ਜਿੰਦਾ (ijaḍa जिंदा = Alive)

ਜਿੰਨ (jinn जिंन = Ghost)

ਝੰਝਟ (jhañjhat झंझट = Botheration)

ਝੰਡਾ (jhaṇḍā झंडा = Flag)

ਟੰਗ (ṭaṅg टंग = Leg)

ਟੂੰ ਟਾਂ (ṭū̃ ṭā̃ टूँ टाँ = Fiddling)

ਡੰਡਾ (ḍaṇḍā डंडा = Stick)

ਡੂੰਗਾ (jdūṅgā डूँगा = Deep)

ਢੰਗ (jḍhaṅg ढँग = Style)

ਤੰਗ (taṅg तंग = Tang)

ਤੰਗੀ (taṅgī तंगी = Tangī)

ਤੂੰ (tū̃ तूँ = You)

ਦੰਗਾ (daṅgā दंगा = Riot)

ਦੰਡ (daṇḍ दंड = Punishment)

ਦੰਦ (dand दंद = Tooth)

ਧਿੰਗਾਣਾ (dhiṅgāṇā धिंगाणा = Obstruction)

ਧੂੰਆ (dhū̃ā धूँआ = Smoke)

ਨੰਗਾ (naṅgā नंगा = Bare)

ਪੰਖ (paṅkh पंख = Feather)

ਪਖੰਡੀ (pakhaṇḍī पखंडी = Phony)

ਪੰਗਾ (paṅgā पंगा = Thorn)

ਪਿੰਡ (piṇḍ पिंड = Village)

ਹੰਦਰ (bandar बंदर = Monkey)

ਬੰਦੂਕ (bandūk बंदूक = Gun)

ਬੰਧਨ (bandhan बंधन = Bondage)

ਬੰਬ (bamb बम्ब = Bomb)

ਬਿੰਡਾ (biṇḍā बिंडा = Stool)

ਬਿੰਦੀ (bindī बिंदी = Zero)

ਬਿੰਦੂ (bindū बिंदी = dot)

ਬੂੰਦ (būnd बूँद = A Drop)

ਭੰਡਾਰਾ (bhaṇḍārā भँडारा = Feast)

ਮੰਗਲ (maṅgal मंगल = Bliss)

ਮੰਡੀ (maṇḍī मँडी = Market)

ਮੰਤਰੀ (mantrī मंतरी = Minister)

ਮੰਦਰ (mandar मंदर = Temple)

ਮੁੰਡਾ (muṇḍā मुंडा = Boy)

ਮੈਨੂੰ (mainū̃ मैनूँ = To me, me)

ਰੰਗ (raṅg रंग = Colour)

ਰੰਜ (rañj रंज = Grief)

ਰੂੰ (rū̃ रूँ = Cotton) ਵੰਡਣਾ (vaṇḍṇa→ वंडणा = to distribute)

ਲੰਗੂਰ (laṅgūr लँगूर = Ape)

EXERCISE 1 : Read and Write the following Punjabi words in Gurmukhi script :

Do not move ahead, without understanding what we learned so far.

1. ਇੰਜਨ (Engine), ਸੰਸਾਰ (World), ਸਤੰਬਰ (September), ਚੁਕੰਦਰ (Beetroot), ਜੰਗਲਾ (Railing), ਜੰਗਲੀ (Wild), ਪੰਡਤ (Learned), ਲੰਗਰ (Anchor), ਚਿੜੀ (Sparrow), ਅਸੀਂ (We)

2. Translate in English :

ਮੁਰਗਾ ਬੋਲੇ ਕੁਕੜੂੰ ਕੂੰ । ਕਰੇ ਕਬੂਤਰ ਗੁਟਗੂੰ ਘੂੰ । ਚਿੜੀ ਕਹੇ ਚੂੰ ਚੂੰ ।

(**ANSWERS**, if you need help : **1**. injan, saṁsār, satambar, chukandar, jaṅglā, jaṅglī, paṇḍat, laṅgar, chiḍ́ī, asī̃
2. murgā bole kukḍū̃ kū̃, kare kabūtar guṭgū̃ ghū̃, chiḍ́ī kahe chū̃ chū̃)

(4.12) adhak ਅਧਕ

The adhak (ੱ) gives a half (ਅੱਧਾ) sound to the letter below it,

and it dds a doubling sound (more stress) to the letter following the adhak sign.

NOTES : (1) Adhak sign ੱ will never be on the last letter of the word.

(2) Adhak sign ੱ is never used with Kannā ਾ, Biharī ੀ, Lā̃vā̃ ੇ, Dulā̃vā̃ ੈ, Horā ੋ, Kanaurā ੌ and Dulaiṅkar ੂ

ਉੱਚਾ (uchchā उच्चा = High, Loud)

ਉੱਨ (unna उन्न = Wool)

ਉੱਨਾਂ (unnā̃ उन्नाँ = Them, those)

ਉੱਲੂ (ullū उल्लू = Owl)

ਅੱਖਾਂ (jakkhā̃ अक्खाँ = Eyes)

ਅੱਗੇ (agge अग्गे = Ahead, in front)

ਅੱਡਾ (aḍḍā अड्डा = Base, rendezvous)

ਇੱਕ (ikka इक्क = One)

ਉੱਕਾ (ikkā इक्का = Alone)

ਸੱਚਾ (sachchā सच्चा = True, honest)

ਸੱਤ (satta सत्त = seven)

ਸੱਪ (sappa सप्प = Snake)

ਸਿੱਕਾ (sikkā सिक्का = Coin)

ਸਿਧਾ (siddhā सिद्धा = Straight, Direct)

ਸੁੱਕਾ (sukkā सुक्का = Dry)

ਹੱਜਾਮ (hajjām हज्जाम = Barber)

ਹੱਡੀ (haḍḍī हड्डी = Bone)

ਹੱਥ (hattha हत्थ = hand)

ਕੱਚਾ (kachchā कच्चा = Raw, Unripe)

ਕੱਦ (kadda कद्द = Stature)

ਤੱਦੂ (kaddū कद्दू = Pumplin, Gourd)

ਕਿੱਤਾ (kuttā कुत्ता = Dog)

ਖੱਟਾ (khaṭṭā खट्टा = Sour)

ਖੱਪ (khappa खप्प = Fuss)

ਖੱਬਾ (khabbā खब्बा = Left)

ਗੱਪ (gappa गप्प = Chat)

ਗੱਲ (gala गल्ल = Throat)

ਗਿੱਦਾ (giddā गिद्दा = A folk dance)

ਘੁੱਗੀ (ghuggī घुग्गी = Pegion)

ਘੁੱਟ (ghuṭṭa घुट्ट = One sip)

ਚੱਕਰ (chakkar चक्कर = Wheal)

ਚੱਕੀ (chakkī चक्की = Mill)

ਚਿੱਠੀ (chiṭṭhī चिट्ठी = Letter)

ਛੱਡ (chaḍḍa छड्ड = Let go)

ਜੱਲਾਦ (jallād जल्लाद = Assassin)

ਜੁੱਤਾ (juttā जुत्ता = Shoe)

ਝੁੱਗੀ (ghuggī झुग्गी = hut)

ਟਿੱਡੀ (ṭiḍḍī टिड्डी = Locust)

ਠੱਪਾ (ṭhappā ठप्पा = Stamp)

ਡੱਡੂ (ḍaḍḍū डड्डू = Frog)

ਢਿੱਲਾ (ḍhillā ढिल्ला = Loose)

ਤਿੱਥੇ (titthe तित्थे = There)

ਥਿੱਦਾ (thiddā थिद्दा = Grease)

ਦੁੱਧ (duddha दुद्ध = Milk)

ਧੱਕਾ (dhakkā धक्का = Jolt, Push)

ਧਮੱਕਾ (dhamakkā धमक्का = bang)

ਨੱਚ (nachcha नच्च = Dance)

ਪੱਕਾ (pakkā पक्का = Strong, Ripe)

ਪੱਖਾ (pakkhā पक्खा = Fan)

ਫੱਕਾ (phakkā फक्का = handful)

ਫੁੱਲ (phulla फुल्ल = Flower)

ਬੱਗਾ (baggā बग्ग = White)

ਬੱਚਾ (bachchā बच्चा = Child)

ਭੱਦਾ (bhaddā भद्दा = Ugly)

ਮੱਛੀ (machchhī मच्छी = Fish)

ਮੱਠਾ (maṭṭhā मट्ठा = Buttermilk)

ਯੱਕਾ (yakkā यक्का = Ace)

ਯੁੱਧ (yuddha युद्ध = War)

ਰੱਛਾ (rachchhā रच्छा = Protection)

ਲੱਟੂ (laṭṭū लट्टू = Toy top)

ਲੁੱਚਾ (luchchā लुच्चा = Shameless)

ਵੱਡਾ (vaḍḍā वड्डा = Elder, Big)

EXERCISE 1 : Read and Write the following Punjabi words in Gurmukhi script : Do not move ahead, without understanding what we learned so far.

1. ਛੱਲੀ (Cob), ਬਿੱਲੀ (Cat), ਟੱਲੀ (Bell), ਗੱਡੀ (Vehicle), ਦਿੱਲੀ (Delhi), ਬੁੱਲ੍ਹ (Lip), ਮੱਖੀ (Fly), ਢੱਕਨ (Lid), ਬੱਦਲ (Cloud), ਮੱਛਰ (Mosquito), ਪੱਤਾ (Leaf), ਬੱਕਰਾ (He Goat), ਬੁੱਤ (Statue), ਮੱਖਨ (Butter), ਮਿੱਟੀ (Soil), ਦੱਸ (Ten), ਪਿੱਠ (Back), ਸੱਜਾ (Right, Right hand), ਸੱਟ (Injury, Stroke, hit), ਮੱਕੀ (Corn)

2. Translate in English :

ਅਮਰੀਕਾ ਕਨੇਡਾ ਦੇ ਦੱਖਣ ਵੱਲ ਹੈ। ਬੱਲੂ ਦੇ ਖੱਬੇ ਹੱਥ ਤੇ ਸੱਟ ਵੱਜੀ ਸੀ। ਛੱਬੋ ਮੇਰੀ ਵੱਡੀ ਭੈਣ ਹੈ। ਮੱਕੀ ਦੀ ਰੋਟੀ ਦੇ ਨਾਲ ਸਾਗ ਤੇ ਮੱਖਨ ਚੰਗਾ ਲਗਦਾ ਹੈ।

(**ANSWERS**, if you need help : **1**. chhalī, billī, ṭallī, gaḍḍī, Dillī, bulla, makkhī, ḍhakkan, baddal, machchhar, pattā, bakkarā, butta, makkhan, miṭṭī, dassa, piṭṭha, sajjā, saṭṭa, makkī **2**. Amrikā Kanāḍā de dakkhaṇ hai,

Ballū de khabbe hattha te saṭṭa laggī sī, Chhabbo merī vaḍḍī bheṇ hai, makkī dī roṭī de nāl sāg te makkhan changā lagdā hai)

(4.13) pairī̃ h, r, v ਪੈਰੀਂ ਹ, ਰ, ਵ

੍ਹ ੍ਰ ੍ਵ

DEFINATION : Whe Gurmukhī letters h (ਹ), r (ਰ), or v (ਵ) is conjoined with any consonat, the h (ਹ), r (ਰ), or v (ਵ) latters **are placed at the foot** of that consonant. This conjoining of letter h (ਹ), r (ਰ), or v (ਵ), at the foot of any other letter, is called pairī̃ ਪੈਰੀਂ

RULE : When two consonants come together (without any vowel between them, such as Pr or Rp), the first consonant is phonetically a HALF letter, and the second consonant is FULL letter. A FULL letter is a consonant that has a vowel attached to it. The HALF letter is the one which has no vowel attached to it.

Thus, (i) in a word, when letters P (ਪ प) and R (ਰ र) come together, the P (ਪ प) of the PR (੍ਪ प्र) is a HALF consonant and the R (q ⸝) of the PR (੍ਪ प्र) is a FULL consonant. Similarly, (ii) in any word, when letters R (ਰ र) and P (ਪ प) come together, the R (q ʳ) of the RP is a HALF consonant and the P (ਪ प) of the RP (ਰਪ र्प) is a FULL consonant.

For example : (i) In the word Prem (ਪ੍ਰੇਮ प्रेम Love), the P (ਪ प) is HALF letter and the R (q ⸝) is a FULL letter. And, (ii) in the word Chulha (ਚੁਲ੍ਹ चुल्ह Hearth), the the L (ਲ੍ ल्) is HALF letter and the H (Q ह) is a FULL letter.

INTERESTING NOTE :

It is interesting to note that in the modern Gurmukhi h (ਹ), r (ਰ), v (ਵ) are used as pairī̃ ਪੈਰੀਂ letters. Sometimes **y** in d**y** or dh**y** (ਦਜ, ਧਜ द्य, ध्य) is also used as pairī̃ ਪੈਰੀਂ letter.

However, in Hindi/Sanskrit many letters are used as ਪੈਰੀਂ foot letters. **EXAMPLES** ṅk ङ्क نک, ṅkt ङ्क्त, ṅkh ङ्ख, ṅg ङ्ग نگ, ṅgh ङ्घ, ṅm ङ्म, ṅl ङ्ल, ṅv ङ्व, ṅksh ङ्क्ष, ṅkshy ङ्क्ष्य, hṇ ह्ण, hn ह्न, hr ह्र, hl ह्ल, hv ह्व, kk क्क کک, kv क्व, ṭṭ ट्ट, ṭṭh ट्ठ, ṭv ट्व, ḍḍ ड्ड, ḍḍh ड्ढ, ḍg ड्ग, etc.

EXAMPLES of ਪੈਰੀਂ ਹ, ਰ, ਵ words :

ਚੁਲ੍ਹ (chulha चुल्ह = Hearth)

ਪ੍ਰੇਮ (prem प्रेम = Love)

ਅਸ੍ਵ (asmva अश्व = Horse)

ਵਿੰਧਜ (vindhya विंध्य = Vindya Mountain)

ਉਨ੍ਹਾਂ (unhā̃ उन्हाँ = Them, those)

ਉਮ੍ਹਲਣਾ (umhalṇā उम्हलणा = to gush)

ਉਰ੍ਹਾਂ (urhā̃ उर्हाँ = On this side)

ਅੰਦ੍ਰਿਖ (adrikh अद्रिख = Invicible)

ਅੰਨ੍ਹਾ (annhā अन्न्हा = Blind)

ਅੰਨ੍ਹੇਰ (annher अन्न्हेर = Injustice)

ਅਪਭ੍ਰੰਸ (apabhraṁsa अपभ्रंस = Medieval)

ਅਪ੍ਰਤੱਖ (apratakkha अप्रतक्ख = Indirect)

ਅਲ੍ਹੜ (alhaḍ́ अल्हड़ = Childish)

ਅੜ੍ਹਬ (aḍ́hab अड़्हब = Stubborn)

ਇਸਤ੍ਰੀ (istrī इसत्री = Iron for clothes)

ਸਦ੍ਰਿਸ਼ (sadrish सद्रिश = Similar)

ਸਰ੍ਹੋਂ (sarrhõ सर्हों = Mustard)

ਸਰ੍ਹਾਣਾ (sarhāṇā सर्हाणा = Pillow)

ਸੁਕ੍ਰਿਤ (sakrit सक्रित = Good deed)

ਹੜ੍ਹ (haḍ́ha हड़्ह = Flood)

ਕ੍ਰਮ (kram क्रम = Sequence)

ਕ੍ਰਾਂਤੀ (krāntī क्रांती = Revolution)

ਕ੍ਰਾਂਤੀਕਾਰ (krāntīkār क्रांतीकार = Revolutionary)

ਕ੍ਰਿਸ਼ਕ (krishak क्रिशक = Farmer)

ਕ੍ਰਿਸ਼ੀ (krishī क्रिशी = Agriculture)

ਕ੍ਰਿਤੀ (kritī क्रिती = Deed, Writing)

ਕਾਨ੍ਹ (kanha कान्ह = Krishna)

ਕਾੜ੍ਹਾ (kāḍhā काड्हा = Decoction)

ਕਿਲ੍ਹਾ (kilhā किल्हा = Fort)

ਗ੍ਰਸਤ (grasat ग्रसत = Engrossed)

ਗੜ੍ਹਕਣਾ (gaḍhakṇā गड्हकणा = to roar)

ਗੜ੍ਹੀ (gaḍhī गड्ही = Fortress)

ਘੁਰ੍ਹਾ (ghurhā घुर्हा = hook)

ਚੜ੍ਹਨਾ (chaḍhnā चड्हना = to climb)

ਜਮ੍ਹਾ (jamhā जम्हा = Sum total)

ਜਿਲ੍ਹਾ (jilhā जिल्हा = District)

ਤ੍ਰਿਸ਼ਣਾ (trishṇā त्रिशणा = Desire)

ਤ੍ਰਿਕਾਲ (trikāl त्रिकाल = Past-present-future)

ਤ੍ਰਿਖਾ (trikhā त्रिशा = Thirst)

ਤ੍ਰੇੜ (treḍ त्रेड़ = Crack)

ਦ੍ਰਵ (drav द्रव = Liquid)

ਪ੍ਰਹਾਰ (prahār प्रहार = Blow)

ਪ੍ਰਚੰਡ (pchaṇḍ प्रचंड = Intense)

ਪ੍ਰਤਿਸ਼ਤ (pratishat प्रतिशत = Percent)

ਪ੍ਰਤਿਕੂਲ (pratikūl प्रतिकूल = Contrary)

ਪ੍ਰਤੀਕ (pratīk प्रतीक = Symbol)

ਪ੍ਰਥਮ (pratham प्रथम = First)

ਪ੍ਰਦੀਪਤ (pradīp प्रदीपत = Illuminated)

ਪ੍ਰੇਮਿਕਾ (premikā प्रेमिका = Sweet-heart)

ਪ੍ਰੇਮੀ (premī प्रेमी = Lover)

ਪੜ੍ਹਨਾ (paḍhanā पड्हना = to read, to study)

ਪੜ੍ਹਾਈ (paḍhāī पड्हाई = Study)

ਮੜ੍ਹਣਾ (maḍhṇā मड्हणे = to wrap)

ਮਾਲ੍ਹ-ਪੂੜਾ (mālh-pūā माल्हपूआ = Pan-cake)

ਰੀੜ੍ਹ (rīḍh रीड्ह = Spine)

ਲੀਲ੍ਹਾ (līlhā लील्हा = Divine Play)

ਵਜ੍ਹਾ (vajhā वज्ह وجہ = Cause)

ਸ੍ਵਰ (*svar* स्वर = Sound)

EXERCISE 1 : Read and Write the following Punjabi words in Gurmukhi script :

Do not move ahead, without understanding what we learned so far.

1. ਸ੍ਰੀ ਅੰਮ੍ਰਿਤਸਰ (Srī Amritsar), ਚੰਡੀਗੜ੍ਹ (Chanḍīgaḍh), ਅੰਮ੍ਰਿਤ (Nectar), ਗ੍ਰੰਥ (Scripture), ਦੂਲ੍ਹਾ (Bridegroom), ਤ੍ਰੁਟੀ (Flaw), ਤ੍ਰਲੋਚਨ (Shiva), ਤ੍ਰਲੋਕ (Heaven-Earth-Hell), ਦਵਾ (Medivine)

2. Translate in English :

ਦਰਬਾਰ ਸਾਹਿਬ ਸ੍ਰੀ ਅੰਮ੍ਰਿਤਸਰ ਸੁੰਦਰ ਹੈ । ਚੰਡੀਗੜ੍ਹ ਵੱਡਾ ਨਗਰ ਹੈ ।

(**ANSWERS**, if you need help : **1**. Srī Amritsar, Chanḍīgaḍh, amrit, grantha, hūlhā, traṭī, tralochan, davā ا دو **2**. darbār sāhib Srī Amritsar sundar hai, Chanḍīgaḍh vaḍā nagar hai)

(4.14) Punjabī Aspirate Leatters ਮਹਾਂ ਪ੍ਰਾਣ

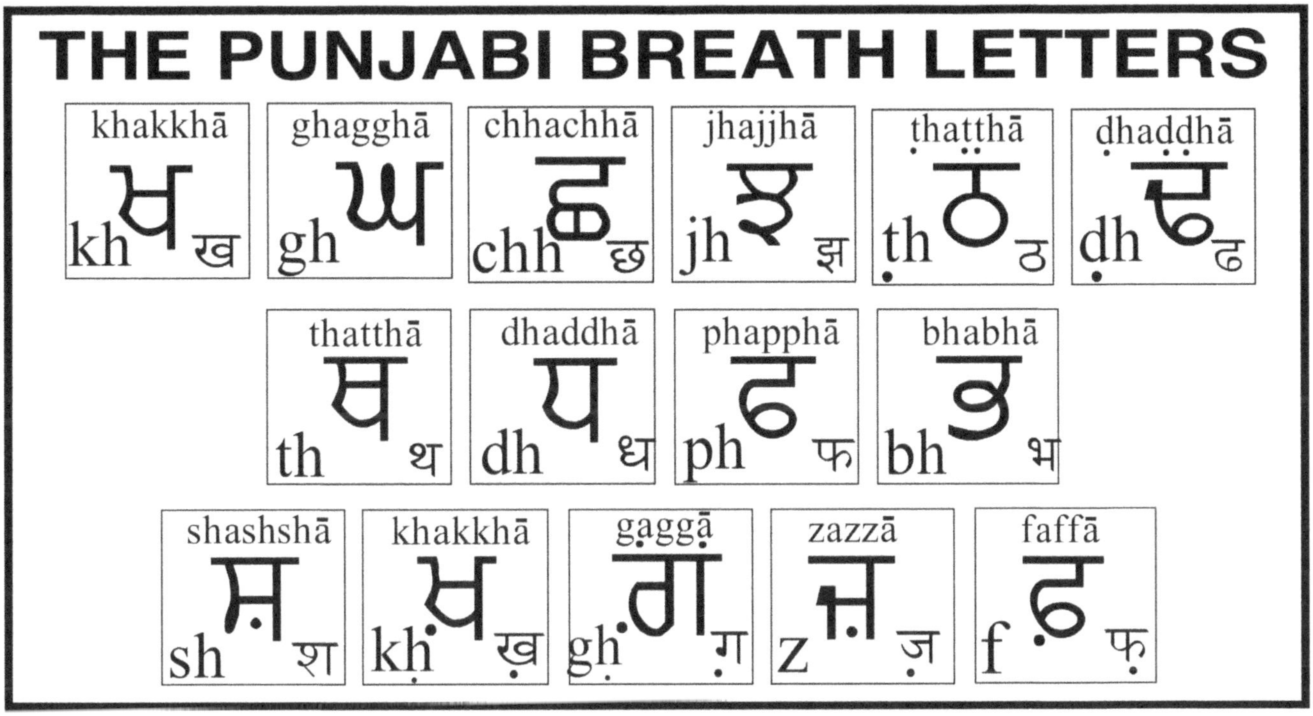

The letters that need extra breath than their normal counterparts are Breath Letters or the Aspirates ਮਹਾ ਪ੍ਰਾਣ. The added h to the normal letter produces the emphasized Aspirate letter.

Thus :

k ਕ + *h* ਹ = *kh* ਖ, *g* ਗ + *h* ਹ = *gh* ਘ, *ch* ਚ + *h* ਹ = *chh* ਛ,

j ਜ + *h* ਹ = *jh* ਝ, *ṭ* ਟ + *h* ਹ = *ṭh* ਠ, *ḍ* ਡ + *h* ਹ = *ḍh* ਢ,

t ਤ + *h* ਹ = *th* ਥ, *d* ਦ + *h* ਹ = *dh* ਧ, *p* ਪ + *h* ਹ = *ph* ਫ,

b ਬ + *h* ਹ = *bh* ਭ, *s* ਸ + *h* ਹ = *sh* ਸ਼.

Similarly the *kḥ* ਖ਼, *gḥ* ਗ਼, *z* ਜ਼ *and* *f* ਫ਼ *are also aspirates used in Gurmukhi* writing.

S is also an Aspirate letter, but is not shown in the above char, instead only the emphasized Sh and Ṣh aspirates are shown.

siphar	ik	do	tinn	chār	pañj	chhe	satt	atth	nauṁ
੦	੧	੨	੩	੪	੫	੬	੭	੮	੯
ਸਿਫ਼ਰ	ਇਕ	ਦੋ	ਤਿੰਨ	ਚਾਰ	ਪੰਜ	ਛੇ	ਸੱਤ	ਅੱਠ	ਨੌਂ

੧	੨	੩	੪	੫	੬	੭	੮	੯	੧੦
ਇੱਕ	ਦੋ	ਤਿੰਨ	ਚਾਰ	ਪੰਜ	ਛੇ	ਸੱਤ	ਅੱਠ	ਨੌਂ	ਦਸ
ikk	do	tinn	cār	punj	che	satt	aṭhṭh	nauṃ	das
1	2	3	4	5	6	7	8	9	10

4.15 CHART OF ALPHABET WITH VOWEL SIGNS

ਬਾਰਾਖੜੀ

	◌ਾ	ਿ◌	◌ੀ	◌ੁ	◌ੂ	◌ੇ	◌ੈ	◌ੋ	◌ੌ	◌ਂ
	ā	i	ī	u	ū	e	ai	o	au	ṅ
	(ਕ+ ◌ਾ)	(ਕ+ ਿ◌)	(ਕ+ ◌ੀ)	(ਕ+ ◌ੁ)	(ਕ+ ◌ੂ)	(ਕ+ ◌ੇ)	(ਕ+ ◌ੈ)	(ਕ+ ◌ੋ)	(ਕ+ ◌ੌ)	(ਕ+ ◌ਂ)
ਅ	ਆ	ਇ	ਈ	ਉ	ਊ	ਏ	ਐ	ਓ	ਔ	ਅਂ
ਸ	ਸਾ	ਸਿ	ਸੀ	ਸੁ	ਸੂ	ਸੇ	ਸੈ	ਸੋ	ਸੌ	ਸਂ
ਹ	ਹਾ	ਹਿ	ਹੀ	ਹੁ	ਹੂ	ਹੇ	ਹੈ	ਹੋ	ਹੌ	ਹਂ
ਕ	ਕਾ	ਕਿ	ਕੀ	ਕੁ	ਕੂ	ਕੇ	ਕੈ	ਕੋ	ਕੌ	ਕਂ
ਖ	ਖਾ	ਖਿ	ਖੀ	ਖੁ	ਖੂ	ਖੇ	ਖੈ	ਖੋ	ਖੌ	ਖਂ
ਗ	ਗਾ	ਗਿ	ਗੀ	ਗੁ	ਗੂ	ਗੇ	ਗੈ	ਗੋ	ਗੌ	ਗਂ
ਘ	ਘਾ	ਘਿ	ਘੀ	ਘੁ	ਘੂ	ਘੇ	ਘੈ	ਘੋ	ਘੌ	ਘਂ
ਙ	ਙਾ	ਙਿ	ਙੀ	ਙੁ	ਙੂ	ਙੇ	ਙੈ	ਙੋ	ਙੌ	ਙਂ
ਚ	ਚਾ	ਚਿ	ਚੀ	ਚੁ	ਚੂ	ਚੇ	ਚੈ	ਚੋ	ਚੌ	ਚਂ
ਛ	ਛਾ	ਛਿ	ਛੀ	ਛੁ	ਛੂ	ਛੇ	ਛੈ	ਛੋ	ਛੌ	ਛਂ
ਜ	ਜਾ	ਜਿ	ਜੀ	ਜੁ	ਜੂ	ਜੇ	ਜੈ	ਜੋ	ਜੌ	ਜਂ
ਝ	ਝਾ	ਝਿ	ਝੀ	ਝੁ	ਝੂ	ਝੇ	ਝੈ	ਝੋ	ਝੌ	ਝਂ
ਞ	ਞਾ	ਞਿ	ਞੀ	ਞੁ	ਞੂ	ਞੇ	ਞੈ	ਞੋ	ਞੌ	ਞਂ
ਟ	ਟਾ	ਟਿ	ਟੀ	ਟੁ	ਟੂ	ਟੇ	ਟੈ	ਟੋ	ਟੌ	ਟਂ
ਠ	ਠਾ	ਠਿ	ਠੀ	ਠੁ	ਠੂ	ਠੇ	ਠੈ	ਠੋ	ਠੌ	ਠਂ
ਡ	ਡਾ	ਡਿ	ਡੀ	ਡੁ	ਡੂ	ਡੇ	ਡੈ	ਡੋ	ਡੌ	ਡਂ
ਢ	ਢਾ	ਢਿ	ਢੀ	ਢੁ	ਢੂ	ਢੇ	ਢੈ	ਢੋ	ਢੌ	ਢਂ
ਣ	ਣਾ	ਣਿ	ਣੀ	ਣੁ	ਣੂ	ਣੇ	ਣੈ	ਣੋ	ਣੌ	ਣਂ
ਤ	ਤਾ	ਤਿ	ਤੀ	ਤੁ	ਤੂ	ਤੇ	ਤੈ	ਤੋ	ਤੌ	ਤਂ
ਥ	ਥਾ	ਥਿ	ਥੀ	ਥੁ	ਥੂ	ਥੇ	ਥੈ	ਥੋ	ਥੌ	ਥਂ
ਦ	ਦਾ	ਦਿ	ਦੀ	ਦੁ	ਦੂ	ਦੇ	ਦੈ	ਦੋ	ਦੌ	ਦਂ
ਧ	ਧਾ	ਧਿ	ਧੀ	ਧੁ	ਧੂ	ਧੇ	ਧੈ	ਧੋ	ਧੌ	ਧਂ
ਨ	ਨਾ	ਨਿ	ਨੀ	ਨੁ	ਨੂ	ਨੇ	ਨੈ	ਨੋ	ਨੌ	ਨਂ

ਪ	ਪਾ	ਪਿ	ਪੀ	ਪੁ	ਪੂ	ਪੇ	ਪੈ	ਪੋ	ਪੌ	ਪਂ
ਫ	ਫਾ	ਫਿ	ਫੀ	ਫੁ	ਫੂ	ਫੇ	ਫੈ	ਫੋ	ਫੌ	ਫਂ
ਬ	ਬਾ	ਬਿ	ਬੀ	ਬੁ	ਬੂ	ਬੇ	ਬੈ	ਬੋ	ਬੌ	ਬਂ
ਭ	ਭਾ	ਭਿ	ਭੀ	ਭੁ	ਭੂ	ਭੇ	ਭੈ	ਭੋ	ਭੌ	ਭਂ
ਮ	ਮਾ	ਮਿ	ਮੀ	ਮੁ	ਮੂ	ਮੇ	ਮੈ	ਮੋ	ਮੌ	ਮਂ
ਰ	ਰਾ	ਰਿ	ਰੀ	ਰੁ	ਰੂ	ਰੇ	ਰੈ	ਰੋ	ਰੌ	ਰਂ
ਲ	ਲਾ	ਲਿ	ਲੀ	ਲੁ	ਲੂ	ਲੇ	ਲੈ	ਲੋ	ਲੌ	ਲਂ
ਵ	ਵਾ	ਵਿ	ਵੀ	ਵੁ	ਵੂ	ਵੇ	ਵੈ	ਵੋ	ਵੌ	ਵਂ
ੜ	ੜਾ	ੜਿ	ੜੀ	ੜੁ	ੜੂ	ੜੇ	ੜੈ	ੜੋ	ੜੌ	ੜਂ
ਸ਼	ਸ਼ਾ	ਸ਼ਿ	ਸ਼ੀ	ਸ਼ੁ	ਸ਼ੂ	ਸ਼ੇ	ਸ਼ੈ	ਸ਼ੋ	ਸ਼ੌ	ਸ਼ਂ
ਖ਼	ਖ਼ਾ	ਖ਼ਿ	ਖ਼ੀ	ਖ਼ੁ	ਖ਼ੂ	ਖ਼ੇ	ਖ਼ੈ	ਖ਼ੋ	ਖ਼ੌ	ਖ਼ਂ
ਗ਼	ਗ਼ਾ	ਗ਼ਿ	ਗ਼ੀ	ਗ਼ੁ	ਗ਼ੂ	ਗ਼ੇ	ਗ਼ੈ	ਗ਼ੋ	ਗ਼ੌ	ਗ਼ਂ
ਜ਼	ਜ਼ਾ	ਜ਼ਿ	ਜ਼ੀ	ਜ਼ੁ	ਜ਼ੂ	ਜ਼ੇ	ਜ਼ੈ	ਜ਼ੋ	ਜ਼ੌ	ਜ਼ਂ
ਫ਼	ਫ਼ਾ	ਫ਼ਿ	ਫ਼ੀ	ਫ਼ੁ	ਫ਼ੂ	ਫ਼ੇ	ਫ਼ੈ	ਫ਼ੋ	ਫ਼ੌ	ਫ਼ਂ

A PRELIMINARY VOCABULARY OF KEY PUNJABI WORDS

ਮੈਂ (*maĩ*; I), ਹਾਂ (*hā̃*; am), ਅਸੀਂ (*asī̃*; we),

ਆਪ (*āp*; you), ਤੁਸੀਂ (*tusī̃*; you), ਤੂੰ (*tū̃*; you),

ਉਹ (*uh*; he, she), ਉਹ (*uh*; they), ਤੈਂ (*taĩ*; thou),

ਮੈਂ ਨੇ (*maĩ ne*; I), ਆਪ ਨੈ (*āp ne*; you), ਤੂੰ ਨੇ (*tū̃ ne*; you),

ਮੇਰਾ (*merā*; my m.), ਮੇਰੀ (*merī*; my f.), ਮੇਰੇ (*mere*; my plural.),

ਸਾਡਾ (*sāḍā*; our m.), ਮਾੜੀ (*sāḍī*; our f.), ਸਾੜੇ (*sāḍe*; our pl.),

ਆਪ ਦਾ (*āp dā*; your), ਆਪ ਦੀ (*āp dī*; your f.), ਆਪ ਦੇ (*āp de*; your),

ਤੁਹਾਡਾ (*tuhāḍā*; your m.), ਤੁਹਾਡੀ (*tuhāḍī*; your f.), ਤੁਹਾਡੇ (*tuhāḍe*; your pl.),

ਹੈ (*hai*; is, has), ਹਨੰ (*han*; are), ਸੀ (*sī*; was),

ਸਨ (*san*; were), ਕੀ (*kī*; what?),

LESSON 5

TABLE 4 : PUNJABI GURUMUKHI PICTORIAL DICTIONARY

f◦ Woman
ਔਰਤ Aurat

m◦ child
ਬੱਚਾ Bacchā

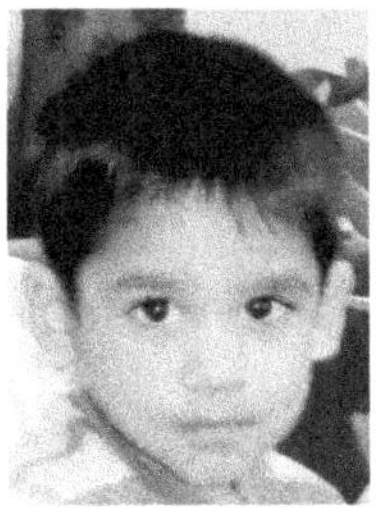
m◦ Face
ਚਿਹਰਾ Ciharā

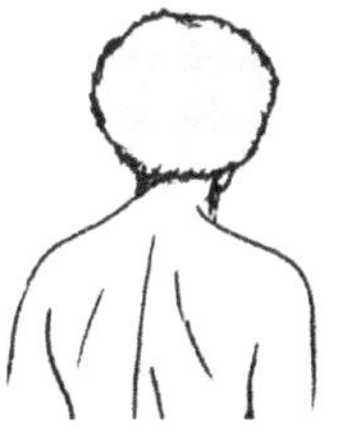
m◦ Head
ਸਿਰ Sir

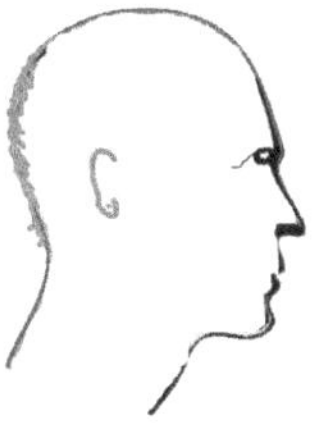
m◦ Bald
ਗੰਜਾ Ganjā

f◦ Pigtail
ਪੋਨੀ Pōnī

m◦ Hair
ਵਾਲ Vāl

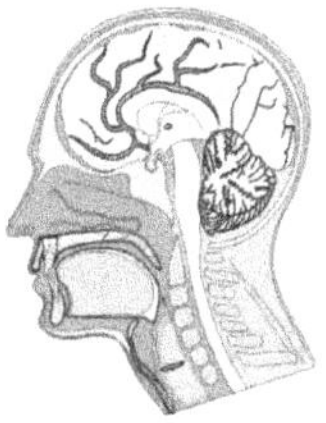
m◦ Brain
ਦਿਮਾਗ Dimāga

f◦ Skull
ਖੋਪੜੀ Khōpaṛī

f◦ Vision
ਨਜ਼ਰ Nazar

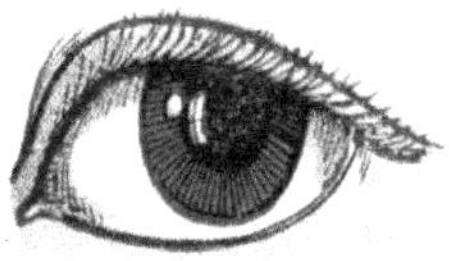
f◦ Eye
ਅੱਖ Akkha

f◦ Eye brow
ਭਰਵੱਟਾ Bharvaṭṭā

m◦ Tear
ਹੰਝੂ hanjhū

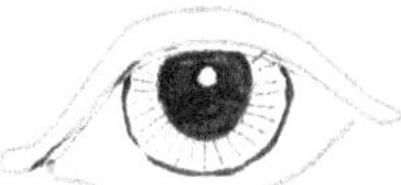
f◦ Eyeball
ਅੱਖ ਦਾ ਡੇਲਾAkkha dā dolā

f◦ Eyelid
ਪਪੋਟਾ Papoṭā

m◦ Cheek
ਗੱਲ੍ਹ Gal'h

m◦ Forehead
ਮੱਥਾ Matthā

m◦ Mole
ਤਿਲ Til

m◦ Spilus
ਤਿਲਕ Tilak

f◦ Neck
ਗਰਦਨ Gardan

f◦ Nose
ਨੱਕ Nakka

m◦ Mouth
ਮੂੰਹ Mūh

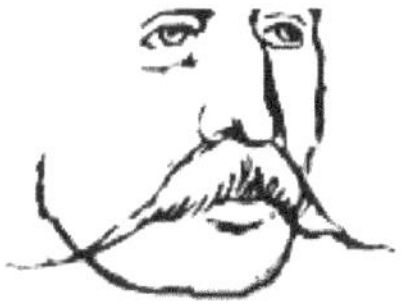
f◦ Mustache
ਦੇਖ dokh

f◦ Beard
ਦਾੜ੍ਹੀ Dāṛhī

f◦ Chin
ਠੋਡੀ Ṭhōḍī

m◦ Lip
ਹੋਠ Hōṭh

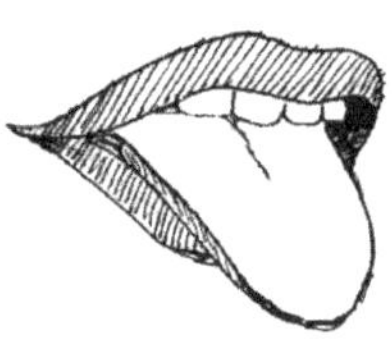
f◦ Tongue
ਜੀਭ Jībh

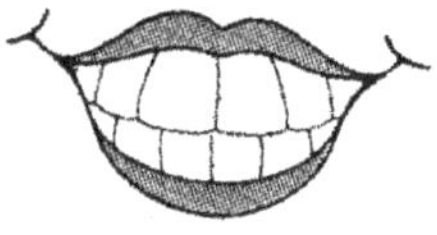
m◦ Teeth
ਦੰਦ Dand

m◦ Throat
ਗਲਾ Galā

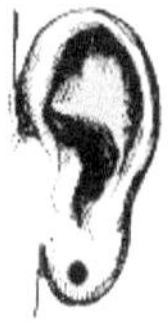
m◦ Ear
ਕੰਨ Kanna

m◦ Shoulder
ਮੋਢਾ Mōḍhā

m◦ Hand
ਹੱਥ Hattha

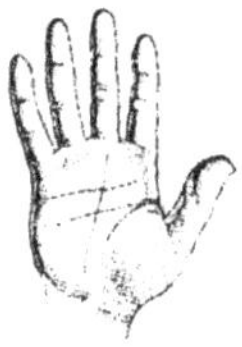
m◦ Palm
ਹਥੇਲੀ Hathelī

m◦ Thumb
ਅੰਗੂਠਾ agūṭhā

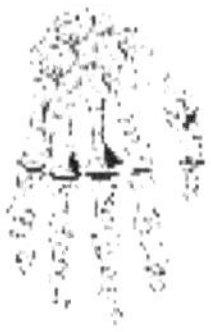
f◦ Bone
ਹੱਡੀ Haḍḍī

f◦ Forefinger
ਤਰਜਨੀ Tarjanī

f◦ Middle finger
ਵੱਡੀ ਉਂਗਲ Vaḍī ūngal

f◦ Ring finger
ਅਨਾਮਿਕਾ Anāmikā

f◦ Little finger
ਚੀਚੀ Chīchī

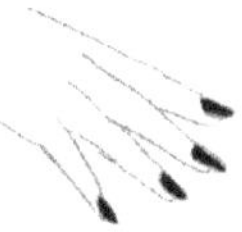
m◦ Nail
ਨਹੁੰ Nahu

f◦ Elbow
ਕੂਹਣੀ Kūhaṇī

f◦ Wrist
ਗੁੱਟ Guṭ

f◦ Fist
ਮੁੱਠੀ Muṭṭhī

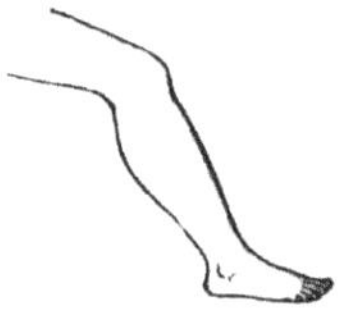
f◦ Leg
ਲੱਤ Latta

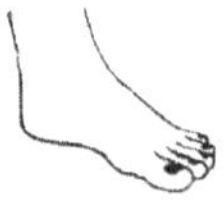
m◦ Foot
ਪੈਰ Pair

m◦ Sole
ਸਲਾ Talā

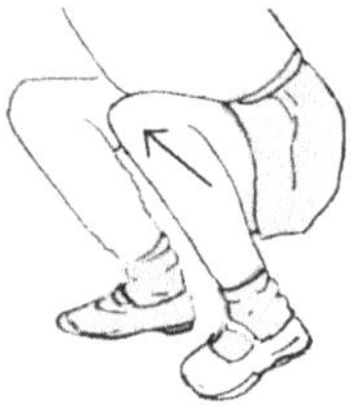
m◦ Knee
ਗੋਡਾ Gōḍā

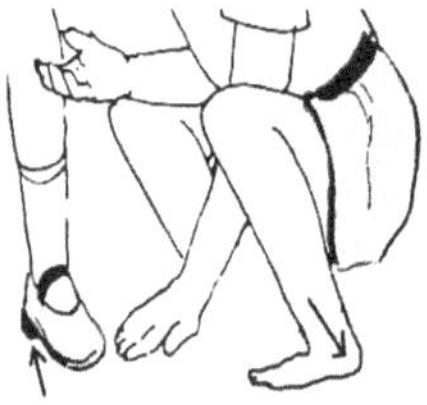
f◦ Heel
ਅੱਡੀ Aḍḍī

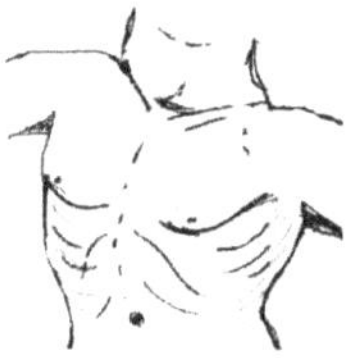
f◦ Chest
ਛਾਤੀ Chātī

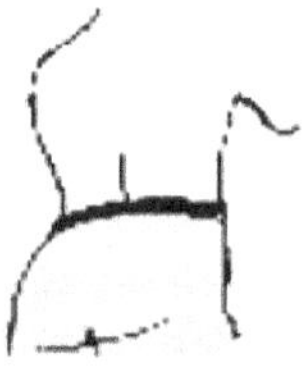
f◦ Waist
ਕਮਰ Kamar

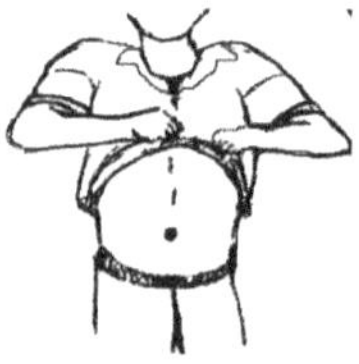
m◦ Stomach
ਪੇਟ Pēṭ

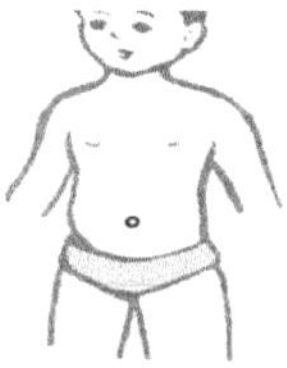
f◦ Bellybutton
ਨੇਵਲ Nēval

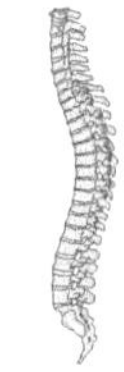
f◦ Spine
ਰੀੜ੍ਹ Rīṛh

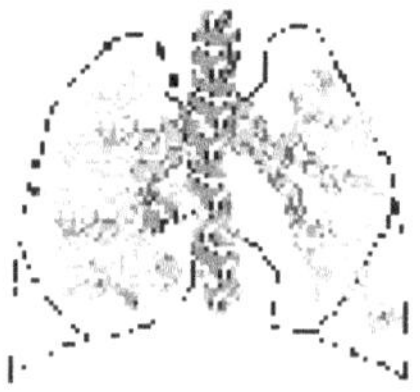
m◦ Lungs
ਫੇਫੜੇ Phēphaṛē

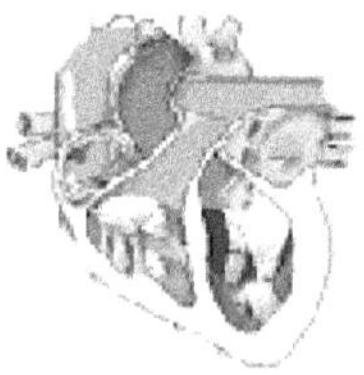
m◦ Heart
ਦਿਲ Dil

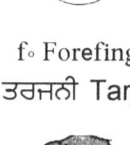

m◦ Hoof
ਖੁਰ Khur

m◦ Paw
ਪੰਜਾ Panjā

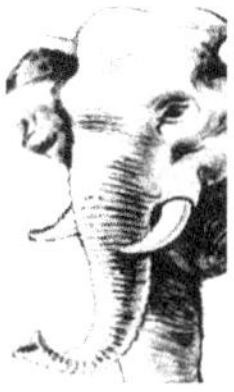
f◦ Trunk
ਸੁੰਡ Sunḍ

f◦ Mane
ਅਯਾਲ Ayāl

f◦ Wool
ਉੱਨ ūn

f◦ Tail
ਪੂਛ Pūch

m◦ Horn
ਸਿੰਗ Sing

f◦ Beak
ਚੁੰਝ Chunj

m◦ Feather
ਖੰਭ Khabbha

m◦ Egg
ਅੰਡਾ Anḍā

m◦ Tree
ਰੁੱਖ Rukh

f◦ Vine
ਵੇਲ Vēl

m◦ Banyan
ਬੋਹੜ Bōhaṛ

m◦ Ficus
ਪੀਪਲ pīpal

m◦ Mango
ਆਮ Ām

m◦ Pine
ਚੀਲ Chīl

m◦ Bamboo
ਬਾਂਸ Bāns

m◦ Palm
ਤਾਲ Tāl

f◦ Grass
ਘਾਹ Ghāh

f◦ wood
ਲੱਕੜ Lakaṛ

m◦ Leaf
ਪੱਤਾ Pattā

f◦ Branch
ਸ਼ਾਖਾ Śākhā

f◦ Root
ਜੜ੍ਹ Jaṛh

m◦ Forest
ਜੰਗਲ Jangal

m◦ Mountain
ਪਹਾੜ Pahāṛ

m◦ Flower
ਫੁੱਲ Phul

m◦ Lotus
ਕੰਵਲ Kanval

m◦ Rose
ਗੁਲਾਬ Gulāb

f◦ Jasmine
ਚੰਬੇਲੀ Chambelī

f◦ Sunflower ਲੀ
ਸੂਰਜਮੁਖੀ Sūrajamukhī

f◦ Bud
ਕਲੀ Kalī

m◦ Fruit
ਫਲ Phal

m◦ Banana
ਕੇਲਾ Kēlā

m◦ Grapes
ਅੰਗੂਰ Agūr

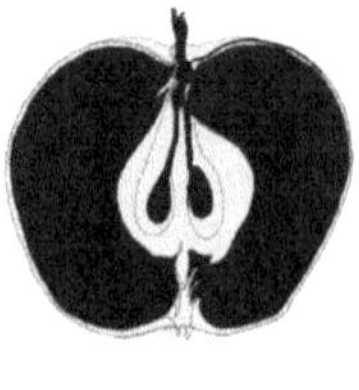
m◦ Apple
ਸੇਬ Sēb

m◦ Lemon
ਨਿੰਬੂ Nibvū

m◦ Mango
ਅਾਮ Ām

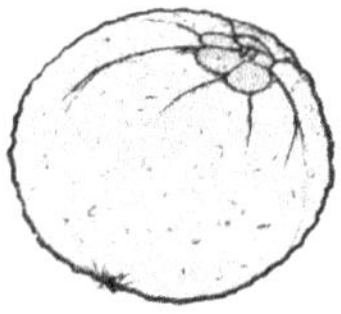
m◦ Orange
ਸੰਤਰਾ Santarā

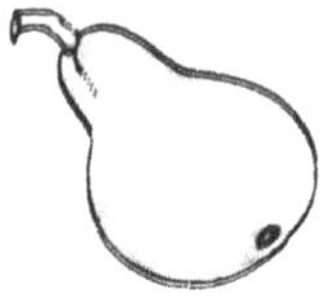
f◦ Pear
ਨਾਸ਼ਪਾਤੀ Nāśapātī

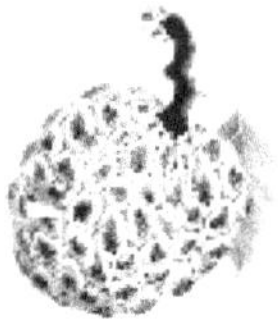
m◦ Custard apple
ਸ਼ਰੀਫਾ Sharīfā

m◦ Papaya
ਪਪੀਤਾ Papītā

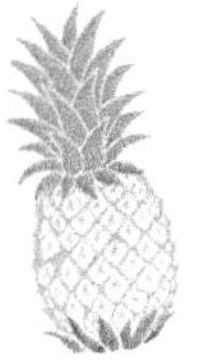
f◦ Pineapple
ਅਨਾਨਾਸ Anānās

m◦ Pomegranate
ਅਨਾਰ Anār

m◦ Sugarcane
ਗੰਨਾ Gannā

m◦ Cashew
ਕਾਜੂ Kājū

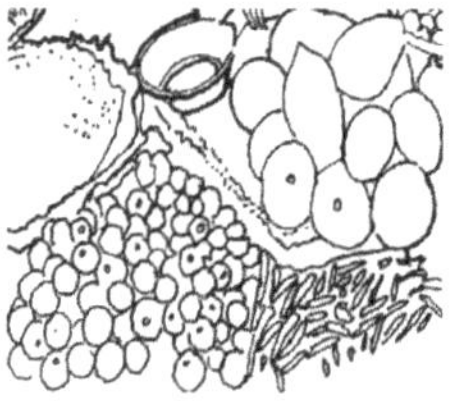
f◦ Vegetables
ਸਬਜ਼ੀ Sabazī

m◦ Beet
ਬੀਟ Bīṭ

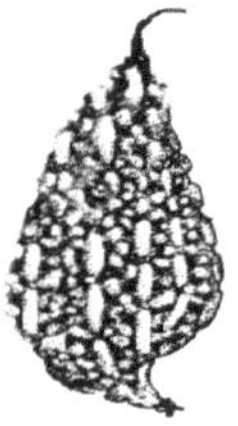
m◦ Bitter gourd
ਕਰੇਲਾ Karēlā

f◦ Cabbage *pattā-*
ਪੱਤਾਗੋਭੀ Patāgōbhī

m◦ Watermelon
ਤਰਬੂਜ Tarabūj

f◦ Carrot
ਗਾਜਰ Gānjar

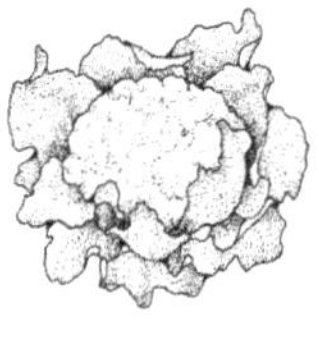
f◦ Cauliflower
ਫੁੱਲ ਗੋਭੀ Phul gōbhī

m◦ Coriander
ਧਨੀਆ Dhanīā

f◦ Chili
ਮਿਰਚ Mirach

m◦ Plum
ਬੇਰ Bēr

m◦ Tomato
ਟਮਾਟਰ Ṭamāṭar

m◦ Mint
ਪੁਦੀਨਾ Pudīnā

f◦ Beans
ਫਲੀਆਂ Phaliāṁ

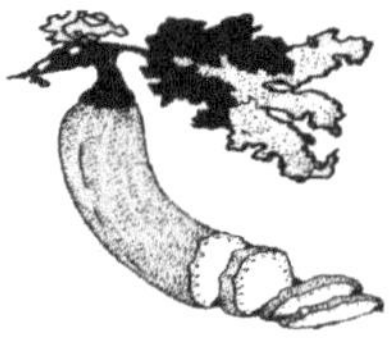
f◦ Zucchini
ਪੇਠਾ Pēṭhā

m◦ Coconut
ਨਾਰੀਅਲ Nārī'al

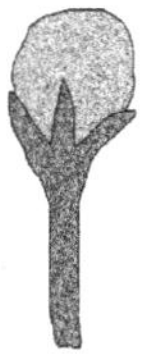

f◦ Clove
ਲੌਂਗ Laung

f◦ Cardamom
ਇਲਾਇਚੀ Ilāichī

f◦ Almond
ਬਦਾਮ Badām

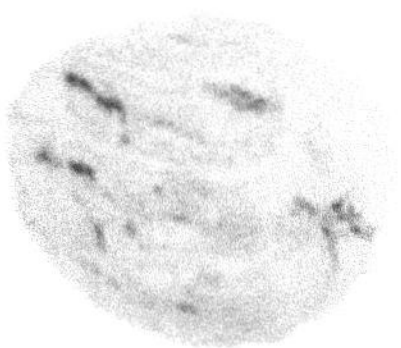

m◦ Walnut
ਅਖਰੋਟ Akhroṭ

f◦ Peanut
ਮੂੰਗਫਲੀ Mūngaphalī

m◦ Date
ਖਜੂਰ Khajūr

m◦ Eggplant
ਬੈਂਗਣ Baiṅgaṇ

m◦ Garlic
ਲਸਣ Lasaṇ

f◦ Ginger
ਅਦਰਕ Adarak

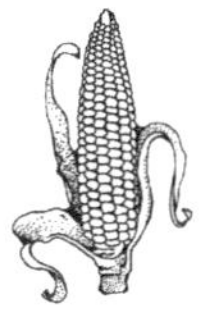

f◦ Corn
ਮਕਈ Maka'ī

f◦ Okrā
ਭਿੰਡੀ Bhiḍī

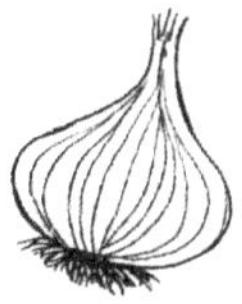

m◦ Onion
ਪਿਆਜ Pi'āja

m◦ Potato
ਆਲੂ Ālū

m◦ Peas
ਮਟਰ Maṭar

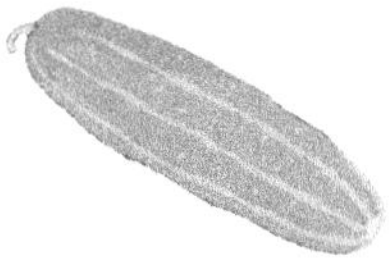

m◦ Cucumber
ਖੀਰਾ Khīrā

m◦ Pumpkin
ਪੇਠਾ Pēṭhā

f◦ Radish
ਮੂਲੀ Mūlī

f◦ Spinach
ਪਾਲਕ Pālak

f◦ Tamarind
ਇਮਲੀ Imlī

m◦ Jackfruit
ਕਠਲ Kaṭhal

f◦ Soup
ਦਾਲ Dāl

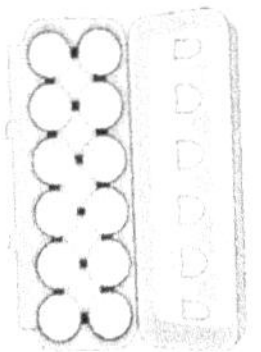

m◦ Eggs
ਅੰਡੇ Anḍē

m◦ Flour
ਆਟਾ Āṭā

m◦ Honey
ਸ਼ਹਿਦ Śahid

m◦ Oil
ਤੇਲ Tēl

m◦ Food
ਭੋਜਨ Bhōjan

m◦ Butter
ਮੱਖਣ Makkhaṇ

f◦ Catsup
ਕੈਚੱਪ Kaicap

f◦ Coffee
ਕਾਫੀ Kāphī

f◦ Tea
ਚਾਹ Chāh

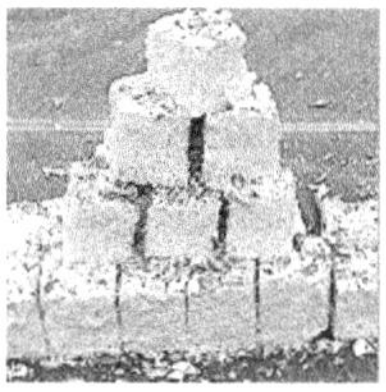

f◦ *burfī*
ਬਰਫੀ Burphī

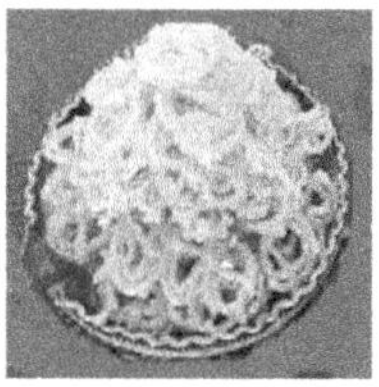

f◦ *jalebi*
ਜਲੇਬੀ Jalebī

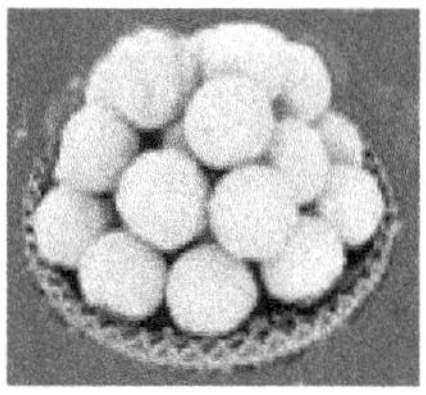

m◦
ਲੱਡੂ laḍḍū

m◦ Milk
ਦੁੱਧ Duddha

m◦ Clarified-butter
ਘੀ Ghī

m◦ *Bread*
ਰੋਟੀ Rōṭī

m◦ Cake
ਕੇਕ Kēk

m◦ Pickle
ਅਚਾਰ Achār

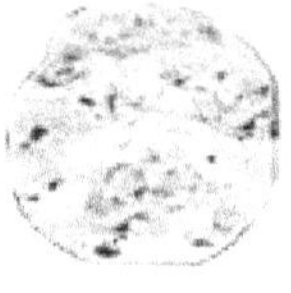

f◦ Pāpad
ਪਾਪੜ Pāpaṛ

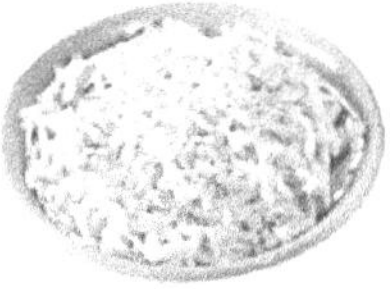

m◦ Rice
ਚਾਵਲ Cāval

f◦ Salad
ਸਲਾਦ Salād

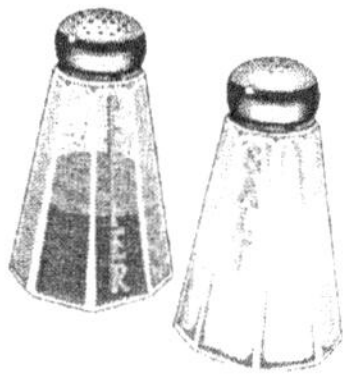

m◦ Salt
ਲੂਣ Lūṇ

m◦ Spice
ਮਸਾਲਾ Masāl

f◦ Wine, Liquor
ਸ਼ਰਾਬ Śarāb

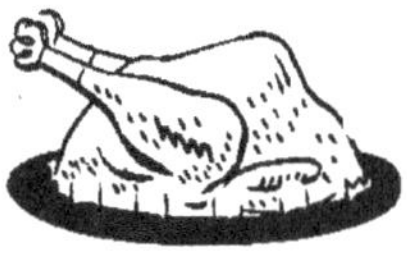

f◦ Chicken
ਮੁਰਗਾ Muragā

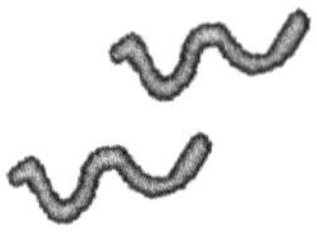

m◦ Worm
ਕੀੜਾ kīḍā

m◦ Animal
ਪਸ਼ੂ Paśū

m◦ Leopard
ਚੀਤਾ Chītā

m◦ Python
ਅਜਗਰ Ajgar

m◦ Firefly
ਜੁਗਨੂ Jugnū

f◦ Porcupine
ਕੰਡੈਲਾ Kaḍailā

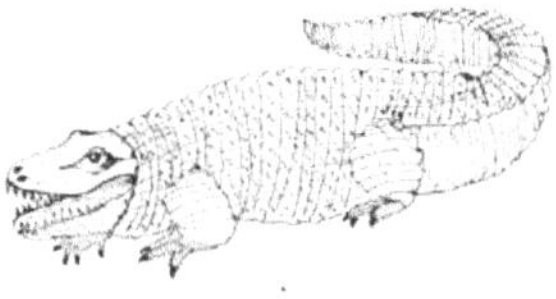

m◦ Alligator ਮਗਰਮੱਛ
Magaramachha

f◦ Ant
ਕੀੜੀ Kīṛī

m◦ Bat
ਚਮਗਾਦੜ Chamagādaṛ

m◦ Ape
ਗੋਰਿਲਾ Gōrilā

m◦ Scorpion
ਬਿਛੂ Bichhū

f◦ Sheep
ਭੇਡ Bhēḍ

m◦ Snake
ਸੱਪ Sappa

f◦ Spider
ਮੱਕੜੀ Makkaṛī

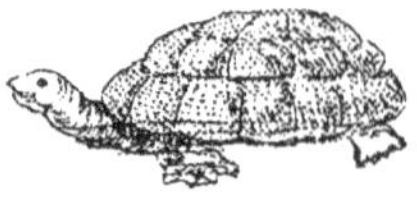

m◦ Turtle
ਕੱਛੂ Kacchū

m◦ Deer
ਹਿਰਨ Hiran

m◦ Dog
ਕੁੱਤਾ Kuttā

m◦ Donkey
ਖੋਤਾ Khotā

m◦ Elephant
ਹਾਥੀ Hāthī

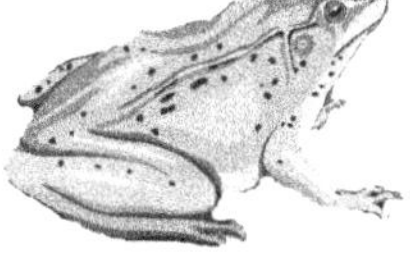
m◦ Frog
ਡੱਡੂ Ḍaḍḍū

m◦ Bear
ਰਿੱਛ Richha

f◦ Bee
ਮੱਖੀ Makkhī

f◦ Buffalo
ਮੱਝ Majjha

f◦ Butterfly
ਤਿਤਲੀ Titalī

f◦ Fish
ਮੱਛੀ Machhī

m◦ Camel
ਊਠ Ūnṭh

f◦ Cat
ਬਿੱਲੀ Billī

m◦ Cobra
ਸੱਪ Sappa

f◦ Cow
ਗਊ Ga'ū

f◦ Fox
ਲੂੰਬੜੀ Lūmbaṛī

f◦ Goat
ਬੱਕਰੀ Bakrī

m◦ Hippo
ਦਰਿਆਈ ਘੋੜਾ
Dari'ā'ī ghōṛā

m◦ Horse
ਘੋੜਾ Ghōṛā

m◦ Hyena
ਗਿੱਦੜ Gidaṛ

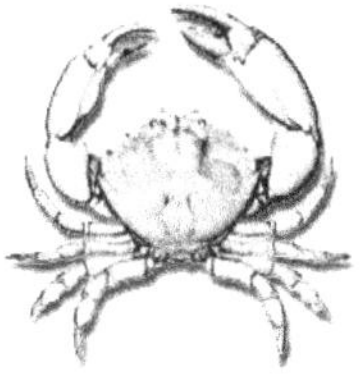
m◦ Crab
ਕੇਕੜਾ Kēkaṛā

m◦ Lion
ਸ਼ੇਰ Śēr

f◦ Lizard
ਕਿਰਲੀ Kiralī

m◦ Mongoose
ਨਿਉਲਾ Neulā

m◦ Monkey
ਬੰਦਰ Bandar

m◦ Zebra
ਜ਼ੇਬਰਾ Zaibarā

m◦ Mosquito
ਮੱਛਰ Machhar

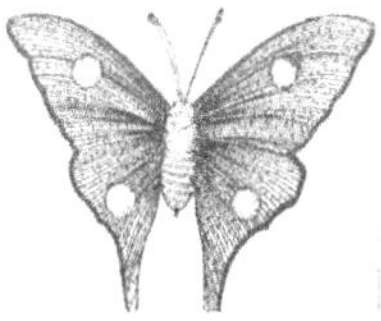
m◦ Moth
ਪਤੰਗਾ Patangā

m◦ Muse, Rat
ਚੂਹਾ Cūhā

m◦ Ox
ਬਲਦ Balad

f◦ Squirrel
ਗਲਹਿਰੀ Galhirī

m◦ Pig
ਸੂਰ Sūr

m◦ Rabbit
ਖ਼ਰਗੋਸ਼ K͟haragōś

m◦ Roach
ਕਾਕਰੋਚ Kākarōca

m◦ Rhino
ਗੈਂਡਾ Gaiṇḍā

m◦ Tiger
ਬਾਘ Bāgh

m◦ Bird
ਪੰਛੀ Panchhī

f◦ Cuckoo
ਕੋਯਲ Koyal

m◦ Crow
ਕਾਂ Kān

m◦ Duck
ਬਤਖ਼ Batak͟h

m◦ Crane
ਬਗਲਾ Baglā

f◦ Eagle
ਚੀਲ Chīl

f◦ Fly
ਮੱਖੀ Makkhī

f◦ Hen
ਕੁਕੜੀ Kukṛī

m◦ Owl
ਉੱਲੂ ullū

m◦ Falcon
ਬਾਜ਼ Bāz

m◦ Parrot
ਤੋਤਾ Tōtā

m◦ Peacock
ਮੋਰ Mōr

m◦ Pigeon
ਕਬੂਤਰ Kabūtar

m◦ Rooster
ਕੁੱਕੜ Kukkaṛ

m◦ Pheasant
ਤੀਤਰ Tītar

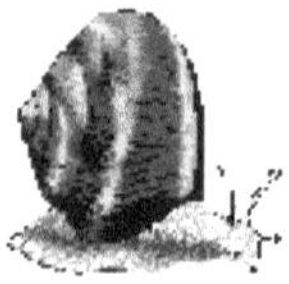
m◦ Snail
ਘੋਗਾ Ghogā

m◦ Swan
ਹੰਸ Hams

m◦ Vulture
ਗਿਰਝ Girajh

m◦ Woodpecker
ਚੱਕੀਰਾਹਾ Chakkīrāhā

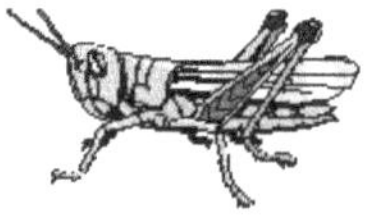
m◦ Grasshopper
ਟਿੱਡਾ Ṭiḍḍā

m◦ Ostrich
ਸ਼ੁਤਰਮੁਰਗ
Śutaramurag

m◦ Flamingo
ਲਾਲ ਲਮਢੂੰਗ
Lāl lamḍhing

f◦ Turkey
ਪੇਰੂ Perū

m◦ Jay
ਬੁਲਬੁਲ bulbul

f◦ Quail
ਬਟੇਰ Baṭēr

m◦ Stove
ਚੁੱਲ੍ਹਾ Cul'hā

m◦ Cup
ਪਿਆਲਾ Pi'ālā

m◦ Glass
ਗਲਾਸ Galās

f◦ Plate
ਥਾਲੀ Thālī

f◦ Knife
ਛੁਰੀ Chhurī

m◦ Knife
ਚਾਕੂ Cākū

f◦ Ladle
ਕੜਛੀ Kaṛachhī

m◦ *Spoon*
ਚਮਚਾ Chamachā

f◦ Wok, Cauldron
ਕੜਾਹੀ Kaṛāhī

f◦ Bucket
ਬਾਲਟੀ Bālaṭī

f◦ Book
ਕਿਤਾਬ Kitāb

m◦ Paper
ਕਾਗਜ਼ Kāgaz

f◦ Letter
ਚਿੱਠੀ Chiṭṭhī

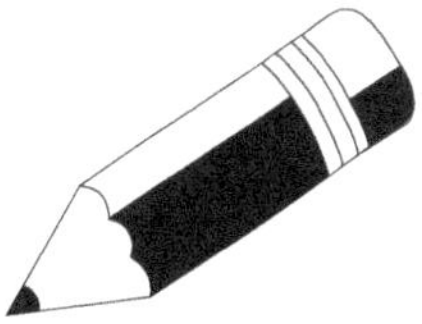
f◦ Pencil
ਕਲਮ Kalam

f◦ Pen
ਕਲਮ Kalam

m◦ Certificate
ਸਰਟੀਫਿਕੇਟ Saraṭīphikēṭ

m◦ Money
ਪੈਸੇ Paisē

f◦ Ball
ਗੇਂਦ Gend

f◦ Medicine
ਦਵਾਈ Davā'ī

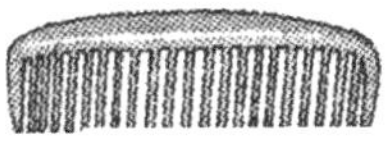
f◦ Comb
ਕੰਘੀ Kanghī

f◦ Shirt
ਕਮੀਜ਼ Kamīz

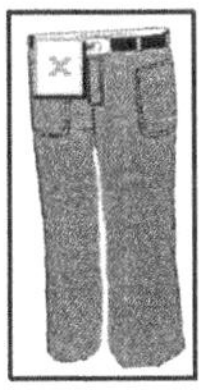
f◦ Pants
ਪਤਲੂਨ Patlūn

m◦ Shoe
ਜੁੱਤਾ Jutā

f◦ *sārī*
ਸਾੜੀ Sāṛī

m◦ Brush
ਬੁਰਸ਼ Buraś

m◦ Balloon
ਗੁਬਾਰਾ Gubārā

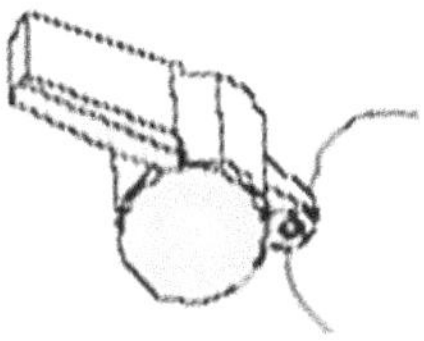
f◦ Whistle
ਸੀਟੀ Sīṭī

f◦ Fan
ਪੱਖਾ Pakkhā

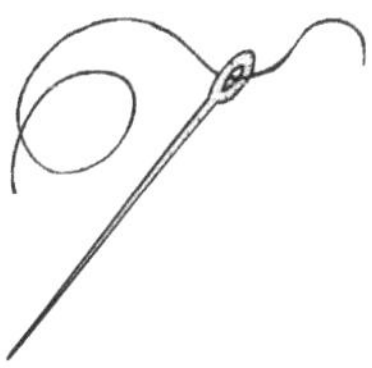
f◦ Needle
ਸੂਈ Sū'ī

f◦ Stick
ਸੋਟੀ Sōṭī

f◦ Cap
ਟੋਪੀ Ṭōpī

m◦ Bag
ਥੈਲਾ Thailā

f◦ Umbrella
ਛੱਤਰੀ Chhatarī

m◦ Glasses
ਐਨਕ Ainaka

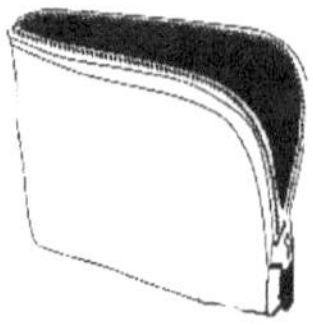

m◦ Wallet
ਬਟੂਆ Baṭū'ā

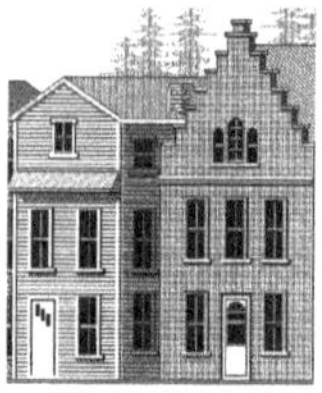

m◦ House
ਘਰ Ghara

f◦ Key
ਕੁੰਜੀ Kunjī

m◦ Lock
ਤਾਲਾ Tālā

m◦ Door
ਦਰਵਾਜ਼ਾ Darvāzā

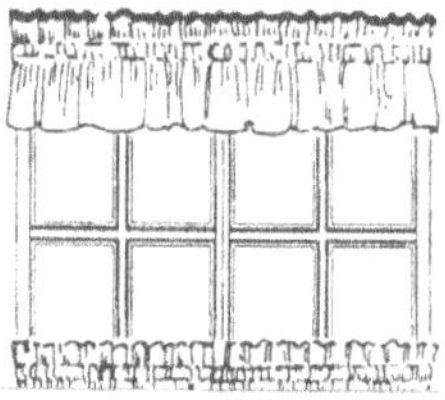

f◦ Window
ਝਰੋਖਾ Jharōkhā

f◦ Stool
ਚੌਕੀ Caukī

f◦ Chair
ਕੁਰਸੀ Kursī

m◦ Broom
ਝਾੜੂ Jhāṛū

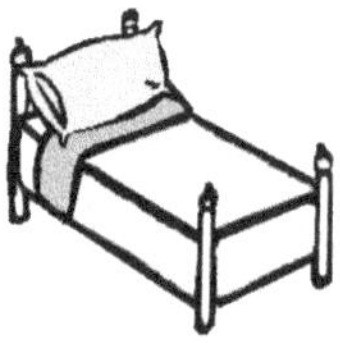

f◦ Bed
ਬਿਸਤਰਾ Bisatarā

f◦ Electricity
ਬਿਜਲੀ Bijalī

m◦ Pillow
ਸਿਰਹਾਣਾ Sirahāṇā

f◦ Mattress
ਬਸਤਰ Basatar

m◦ Blanket
ਕੰਬਲ Kambal

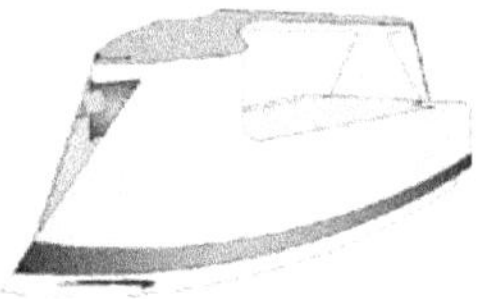

f◦ Iron
ਇਸਤਰੀ Istarī

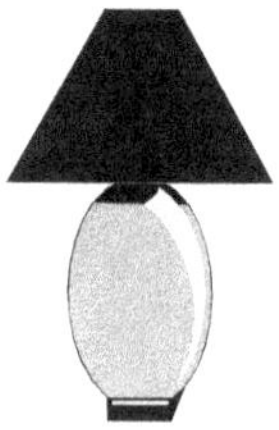

m◦ Lamp
ਦੀਵਾ Dīvā

f◦ Kettle
ਕੇਤਲੀ Kētlī

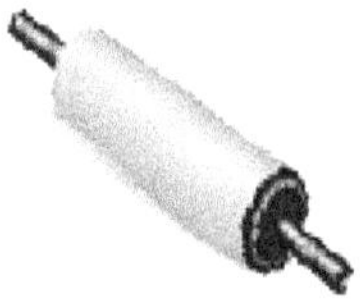

f◦ Rolling pin
ਵੇਲਣਾ Velaṇā

f◦ Jug
ਗੜਵੀ Gaṛavī

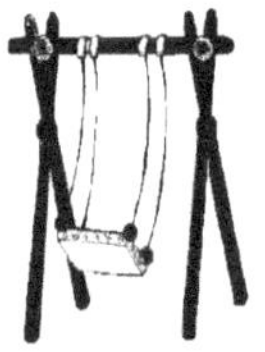

m◦ Swing
ਝੂਲਾ jhūlā

m◦ Razor
ਉਸਤਰਾ Ustarā

m◦ Hammer
ਹਥੌੜਾ Hathauṛā

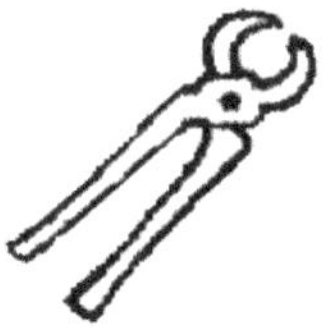

m◦ Pliar
ਪਲਾਸ Palās

m◦ *Screwdriver*
ਪੇਚਕਸ Pēchkas

m◦ Saw
ਆਰਾ Ārā

m◦ Wrench
ਰੈਂਚ Rēnch

f◦ Chisel
ਛੈਣੀ Velaṇī

f◦ Ax
ਕੁਹਾੜੀ Kuhāṛī

m◦ Shovel
ਬੇਲਚਾ bēlacā

m◦ Screw
ਪੇਚ Pēch

f◦ Nail
ਮੇਖ Mēkh

m◦ Phone
ਫੋਨ Phōn

f◦ Cell
ਮੋਬਾਇਲ Mōbā'il

f◦ Radio
ਰੇਡੀਓ Rēḍī'ō

m◦ TV
ਟੀਵੀ Ṭīvī

m◦ Computer
ਕੰਪਿਊਟਰ Kapi'ūṭar

f◦ Chess
ਸ਼ਤਰੰਜ Śataraj

f◦ Scissors
ਕੈਚੀ Kaicī

m◦ Thread
ਧਾਗਾ Dhāgā

m◦ Broom
ਝਾੜੂ Jhāṛū

f◦ Watch
ਘੜੀ Ghaṛī

m◦ Diamond
ਹੀਰਾ Hīrā

f◦ Ring
ਮੁੰਦਰੀ Mudarī

m◦ Necklace
ਹਾਰ, ਮਾਲਾ Hār, Mālā

m◦ Mirror
ਸ਼ੀਸ਼ਾ Śīśā

m◦ News Paper
ਅਖਬਾਰ Akhabār

f◦ Bicycle
ਸਾਈਕਲ਼ Sā'īkal

f◦ Car
ਗੱਡੀ gaḍḍī

m◦ Airplane
ਜਹਾਜ਼ Jahāz

f◦ Boat
ਬੇੜੀ Bēṛī

f◦ Rail
ਰੇਲ ਗਁਡੀ Rēl gaḍī

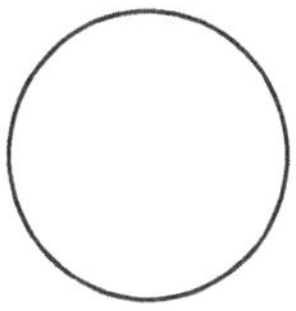
m◦ Circle
ਗੋਲ gōl

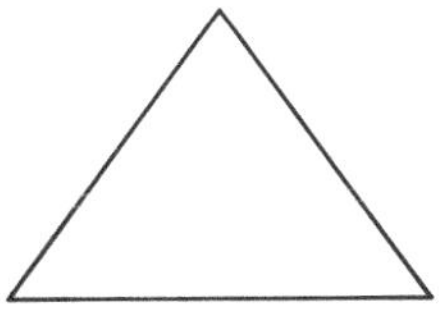
m◦ Triangle
ਤਿਕੋਣ Tikōṇ

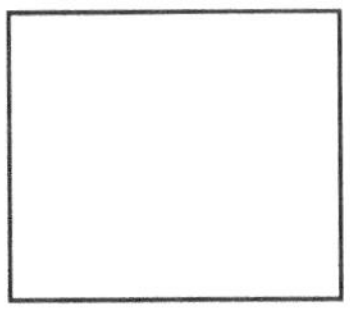
m◦ Square
ਵਰਗ Varag

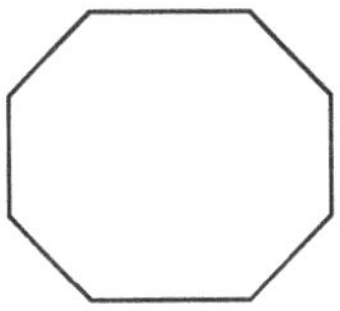
m◦ Hexagaon
ਭੁਜ Bhuj

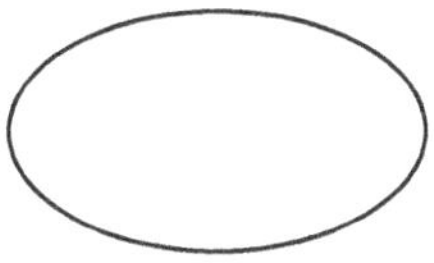
f◦ oval
ਓਵਲ Ōval

m∘ Accountant
ਮੁਨੀਮ munīm

m∘ Bus-wālā
ਬੱਸ ਡਰਾਈਵਰ
Basa ḍarā'īvar

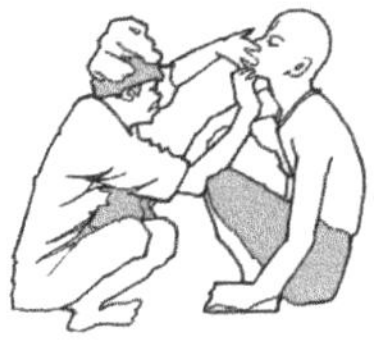

m∘ Barber
ਨਾਈ Nā'ī

m∘ Carpenter
ਤਰਖਾਣ Tarakhāṇ

m∘ Boatman
ਮਲਾਹ Malāh

f∘ Dancer
ਨਰਤਕੀ Naratakī

m∘ Potter
ਘੁਮਿਆਰ Ghumi'ār

m∘ Farmer
ਕਿਸਾਨ Kisān

m∘ Labourer
ਮਜ਼ਦੂਰ Mazadūr

m∘ Lawyer
ਵਕੀਲ Vakīl

m∘ Magician
ਜਾਦੂਗਰ Jādūgar

m∘ Musician
ਸੰਗੀਤਕਾਰ Sagītakār

m∘ Painter
ਚਿੱਤਰਕਾਰ Citarakār

m∘ Goldsmith
ਸੁਨਿਆਰਾ Suni'ārā

m∘ Police
ਪੁਲਿਸ Pulis

m∘ Player
ਖਿਡਾਰੀ Khiḍārī

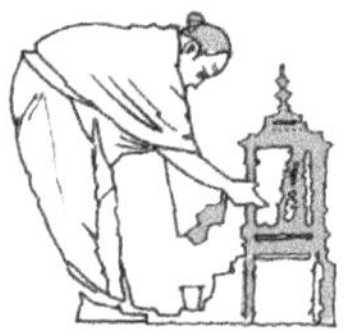

m∘ Priest
ਪੰਡਤ Paḍat

m∘ Soldie
ਸਿਪਾਹੀ Sipāhī

m∘ Snake charmer
ਸਪੇਰਾ Saperā

m∘ Tailor
ਦਰਜੀ Darjī

f∘ Teacher
ਅਧਿਆਪਕ Adhi'āpak

m∘ Thief
ਚੋਰ Chōr

m∘ Clerk
ਕਲਰਕ Kalrak

m∘ Wrestler
ਪਹਿਲਵਾਨ Pahilavān

m∘ Swimmer
ਤੈਰਾਕ Tairāk

f∘ Nurse
ਨਰਸ Naras

f∘ Fruit vendor
ਫਲਵਾਲਾ Phal-vālā

m∘ Ascetic
ਯੋਗੀ Yōgī

m∘ Washerman
ਧੋਬੀ Dhōbī

m∘ Cricketer
ਬੱਲੇਬਾਜ਼ Balltēbāz

Guru Nanak
1469-1539

Guru Angad
1504-1552

Guru Amardas
1479-1574

Guru Ramdas
1534-1581

Guru ArjunDev
1563-1606

Guru Hargobind
1595-1664

Guru Har Rai
1630-1661

Guru Harkrishan
1565-1664

Guru Tegbahadur
1621-1675

Guru Gobindsingh
1666-1708

LESSON 6

READING GURUMUKHI PUNJABI LITERATURE

6.1
CHILDRENS' POETRY
by Vidhata Singh Teer

ਬੱਚਿਆਂ ਲਈ ਕਵਿਤਾਵਾਂ

1. ਮੇਰੀ ਗਾਂ

ਗਾਂ ਮੇਰੀ ਹੈ ਭੋਲੀ ਭਾਲੀ,
ਅੱਖੋਂ ਬਿਲੀ ਰੰਗੋਂ ਕਾਲੀ ।
ਸੋਹਣੇ ਸਿੰਗ ਤੇ ਲੰਮੀ ਪੂਛਲ,
ਨਿੱਕੀਆਂ ਨਿੱਕੀਆਂ ਥਣੀਆਂ ਵਾਲੀ ।
ਖਾਵੇ ਘਾਹ, ਖਲ, ਤੂੜੀ, ਕਮੂੰ,
ਵੇਹਲੇ ਵੇਲੇ ਕਰੇ ਜੁਗਾਲੀ ।
ਦੋਵੇਂ ਵੇਲੇ ਦੁੱਧ ਪਿਲਾਵੇ,
ਭਰ ਭਰ ਦੇਵੇ ਗਡਵਾ ਖਾਲੀ ।
ਪੁੱਤਰ ਇਸ ਦੇ ਜੱਗ ਨੂੰ ਪਾਲਣ,
ਉਹਨਾਂ ਨੂੰ ਹਲ ਵਾਹੁਣ ਹਾਲੀ ।
ਇਸ ਦਾ ਦਿੱਤਾ ਸਭ ਜਗ ਖਾਵੇ,
ਆਪ ਨਿਮਾਣੀ, ਸਦਾ ਸਵਾਲੀ ।
ਪੁੱਤਰ ਛੱਡ ਦੁੱਧ ਸਾਨੂੰ ਦੇਵੇ,
ਏਹ ਹੈ ਸਾਨੂੰ ਪਾਲਣ ਵਾਲੀ ।
ਤਾਹੀਏਂ ਇਸਨੂੰ ਕਹਿੰਦੇ ਮਾਤਾ,
ਇਸ ਨੇ ਹੈ ਸਭ ਦੁਨੀਆਂ ਪਾਲੀ ।

2. ਸਾਡਾ ਕਾਕਾ

ਸਾਡਾ ਕਾਕਾ । ਭੂੰਡ ਪਟਾਕਾ ।
ਤਿੱਖਾ ਛੋਹਲਾ । ਮੋਟਾ ਮੋਹਲਾ ।
ਘੁੰਨ ਮਘੁਨਾ । ਗੋਗੜ ਕੁੰਨਾ ।
ਨੰਗ ਧੜੰਗਾ । ਲਾਇ ਦੁੜੰਗਾ ।
ਡਿਗਦਾ ਢਹਿੰਦਾ । ਨਚਦਾ ਰਹਿੰਦਾ ।

ਉਡਦਾ ਜਾਵੇ । ਹੱਥ ਨਾ ਆਵੇ ।
ਢਿੱਡ ਵਜਾਂਦਾ । ਖੇਹ ਉਡਾਂਦਾ ।
ਮਿੱਟੀ ਪਾ ਪਾ । ਬਣਦਾ ਬਾਵਾ ।
ਛੰਡ ਖਿਲਾਰੀ । ਜਿਉਂ ਫੁਲਕਾਰੀ ।
ਫੁੱਲੀਆਂ ਖਾਂਦਾ । ਦੰਦ ਖਿੜਾਂਦਾ ।
ਫੱਕੇ ਮਾਰੇ । ਧੱਕੇ ਮਾਰੇ ।
ਚੀਜੋ ਲੈਂਦਾ । ਰੁਸ ਰੁਸ ਪੈਂਦਾ ।
ਪਲ ਵਿਚ ਮੰਨਦਾ । ਭਾਂਡੇ ਭੰਨਦਾ ।
ਰੋਂਦਾ ਹਸਦਾ । ਕੁਦਦਾ ਨਸਦਾ ।
ਕਰੇ ਰਿਹਾੜਾਂ । ਖਾਵੇ ਝਾੜਾਂ ।
ਕਰ ਕਰ ਅੜੀਆਂ । ਮਾਰੇ ਛੜੀਆਂ ।
ਸੋਹਣਾ ਲਗਦਾ । ਮੋਹਣਾ ਲਗਦਾ ।

3. ਮੇਰਾ ਘੋੜਾ

ਘੋੜਾ ਮੇਰਾ ਹੈ ਹੁਸ਼ਿਆਰ ।
ਤਕੜਾ ਛੁਹਲਾ ਤੇਜ ਤਰਾਰ ।
ਪੋਇਆ ਦੁੜਕੀ ਟਾਪ ਰਵਾਲ ।
ਕਈ ਤਰ੍ਹਾਂ ਦੀ ਚਲਦਾ ਚਾਲ ।
ਇਸਦੇ ਉੱਤੇ ਹੋ ਅਸਵਾਰ ।
ਲੁੱਟਦਾ ਹਾਂ ਮੈਂ ਮੌਜ ਬਹਾਰ ।
ਰੋਜ ਦੁੜਾਂਦਾ ਜਾਂਦਾ ਹਾਂ ।
ਅੱਡੀ ਮਾਰ ਭਜਾਂਦਾ ਹਾਂ ॥
ਖਾਂਦਾ ਹੈ ਇਹ ਦਾਣਾ ਘਾਹ ।
ਮੋਟਾ ਹੁੰਦਾ ਜਾਂਦਾ ਵਾਹ ।
ਜਦੋਂ ਖ਼ੁਸ਼ੀ ਵਿਚ ਆਵੇ ਇਹ ।
ਦੌੜ ਦੁੜੰਗੇ ਲਾਵੇ ਇਹ ।
ਸੋਹਣਾ ਮੇਰਾ ਪਿਆਰਾ ਘੋੜਾ ।
ਸੋਹਣਾ ਮੇਰਾ ਪਿਆਰਾ ਘੋੜਾ ।

4. ਘੜੀ

ਘੜੀਏ ਨੀਂ ਕੀ ਕਹਿੰਦੀ ਹੈਂ ?
ਟਿਕ ਟਿਕ ਕਰਦੀ ਰਹਿੰਦੀ ਹੈਂ ।
ਨਾ ਕੁਝ ਖਾਂਦੀ ਪੀਂਦੀ ਹੈਂ !
ਫਿਰ ਤੂੰ ਕੀਕਣ ਜੀਂਦੀ ਹੈਂ ?

ਕਰ ਕੇ ਟੁਣ ਟੁਣ, ਟੁਣ ਟੁਣ ਟੁਣ ।
ਬੋਲੀ, "ਬੀਬਾ ! ਸੁਣ, ਸੁਣ, ਸੁਣ !
ਉਮਰ ਗੁਜ਼ਰਦੀ ਜਾਂਦੀ ਏ,
ਮੁੜ ਕੇ ਹੱਥ ਨਾ ਆਂਦੀ ਏ ।
ਜੋ ਚਾਹੇਂ ਸੋ ਕਰ ਲੈ ਹੁਣ,
ਦੱਮ ਨੇਕੀ ਦਾ ਭਰ ਲੈ ਹੁਣ ।
ਇਹੋ ਈ ਰੌਲਾ ਪਾਂਦੀ ਹਾਂ,
ਟੁਣਕੇ ਟੁਣਕ ਜਗਾਂਦੀ ਹਾਂ ।
ਕੰਮ ਕਰੋ, ਕੁਝ ਕੰਮ ਕਰੋ,
ਐਵੇਂ ਖਰਚ ਨਾ ਦੱਮ ਕਰੋ ।"

5. ਮੇਰੀ ਬੇੜੀ

ਇਹ ਵੇਖੋ ! ਮੇਰੀ ਬੇੜੀ ਏ ।
ਮੈਂ ਪਾਣੀ ਦੇ ਵਿੱਚ ਰੇੜ੍ਹੀ ਏ ।

ਇਹ ਵਾਹ ਵਾਹ ਤਾਰੀ ਤਰਦੀ ਏ ।
ਬਣ ਹਰਨੀ ਚੁੰਗੀਆਂ ਭਰਦੀ ਏ ।
ਜਦ ਘੁੱਮਣ ਘੇਰੀ ਆਉਂਦੀ ਏ ।
ਏਹ ਵਾਹ ਵਾਹ ਘੁੰਮਰ ਪਾਉਂਦੀ ਏ ।
ਹਥ ਮੇਰੇ ਇਸ ਦੇ ਚੱਪੇ ਨੇ ।
ਉਹ ਲਾਂਦੇ ਇਸਨੂੰ ਧੱਪੇ ਨੇ ।
ਪਾਣੀ ਵਿਚ ਮੌਜਾਂ ਕਰਦੀ ਏ ।
ਪਈ ਬਤਖਾਂ ਵਾਂਙੂੰ ਤਰਦੀ ਏ ।
ਜਦ ਡਿਕੋ ਡੋਲੇ ਖਾਂਦੀ ਹੈ ।
ਤਦ ਖ਼ੂਬ ਬਹਾਰ ਵਿਖਾਂਦੀ ਹੈ ।
ਪਈ ਉਚੀ ਨੀਵੀਂ ਹੋਂਦੀ ਹੈ ।
ਤੁਰ ਪੈਂਦੀ, ਕਦੇ ਖਲੋਂਦੀ ਹੈ ।
ਡਰਦੀ ਨਹੀਂ ਛੱਲਾਂ ਲਹਿਰਾਂ ਤੋਂ ।
ਇਹ ਲੰਘਦੀ ਕਪਰ ਕਹਿਰਾਂ ਚੋਂ ।
ਜਦ ਪਾਣੀ ਪੈ ਕੇ ਭਰਦੀ ਹੈ ।
ਤਦ ਡੁਬ ਜਾਂਦੀ, ਨਾ ਤਰਦੀ ਹੈ ।
ਮੈਂ ਝਟ ਪਟ ਹੋਰ ਬਣਾਂਦਾ ਹਾਂ ।
ਛੱਡ ਪਾਣੀ ਵਿਚ ਤਰਾਂਦਾ ਹਾਂ ।

6. ਮੇਰੀ ਚੁੰਨੀ

ਵੇਖੋ ਜੀ ! ਇਹ ਮੇਰੀ ਚੁੰਨੀ ।
ਆਹਾ ਜੀ ! ਇਹ ਮੇਰੀ ਚੁੰਨੀ ।

ਵੇਖੋ ! ਮੇਰੀ ਪਿਆਰੀ ਚੁੰਨੀ ।
ਰੰਗ ਰੰਗੀ ਗੁਲਨਾਰੀ ਚੁੰਨੀ ।
ਗੋਟੇ ਨਾਲ ਸਵਾਰੀ ਚੁੰਨੀ ।
ਮਲਮਲ ਦੀ ਇਕਤਾਰੀ ਚੁੰਨੀ ।

ਵੇਖੋ ਜੀ ! ਇਹ ਮੇਰੀ ਚੁੰਨੀ ।

ਮਾਤਾ ਜੀ ਦੇ ਦਿਲ ਵਿਚ ਆਇਆ ।
ਗੋਟੇ ਦਾ ਇਕ ਥਾਨ ਮੰਗਾਇਆ ।
ਚੁੰਨੀ ਨੂੰ ਲਾ ਕੇ ਚਮਕਾਇਆ ।
ਕੋਨੇ ਕੋਨੇ ਤੇ ਫੁੱਲ ਪਾਇਆ ।

ਆਹਾ ਜੀ ! ਇਹ ਮੇਰੀ ਚੁੰਨੀ ।

ਰੰਗ ਇਦ੍ਹਾ ਹੈ ਟਸ ਟਸ ਕਰਦਾ ।
ਗੋਟਾ ਇਸ ਦਾ ਲਸ ਲਸ ਕਰਦਾ ।
ਚਾਨਣ ਵਿਚ ਚੰਦ ਵਾਂਙੂੰ ਚਮਕੇ ।
ਝਿਲਮਿਲ ਝਿਲਮਿਲ ਕਰਕੇ ਦਮਕੇ ।

ਵੇਖੋ ਜੀ ! ਇਹ ਮੇਰੀ ਚੁੰਨੀ ।

ਇਸ ਨੂੰ ਹੁਣ ਮੈਂ ਠੱਪ ਠਪਾ ਕੇ ।
ਰੱਖੂੰ ਸਾਂਭ ਸੰਦੂਕੇ ਪਾ ਕੇ ।
ਮੇਲੇ ਉੱਤੇ ਲੈ ਜਾਵਾਂਗੀ ।
ਸਾਂਭ ਦਿਆਂਗੀ ਜਦ ਆਵਾਂਗੀ ।

ਵਾਹਵਾ ਜੀ ! ਇਹ ਮੇਰੀ ਚੁੰਨੀ ।

7. ਮੇਰੀ ਚਰਖੀ

ਕੱਤਦੀ ਹਾਂ ਮੈਂ ਕੱਤਦੀ ਹਾਂ ।
ਚੱਕਰ ਦੇ ਦੇ ਦੇ ਖ਼ੂਬ ਭੁਵਾਂ ।
ਵੇਖੋ ਕੁੜੀਓ, ਵੇਖੋ ਖਾਂ ।
ਚਰਖੀ ਮੈਨੂੰ ਦਿੱਤੀ ਮਾਂ ।
ਸੂਤ ਕਰੇ ਇਹ ਪੂਣੀ ਨੂੰ ।
ਕਰਦੀ ਏ ਘੂੰ ਘੂੰ ਘੂੰ ਘੂੰ ।

ਸੋਹਣੀ ਰੰਗ ਰੰਗੀਲੀ ਏ ।
ਸੂਹੀ ਸਾਵੀ ਪੀਲੀ ਏ ।
ਪਰੀਆਂ ਇਸ ਵਿੱਚ ਗਾਵਣ ਨੀਂ ।
ਵੇਖੋ ਤਾਂ ਲੁਕ ਜਾਵਣ ਨੀਂ ।
ਨੀ ਦੀਪੋ ਨਾ ਵੇਖੀ ਤੂੰ ।
ਸੁਣ ਲੈ ਇਹਦੀ ਘੂੰ ਘੂੰ ਘੂੰ ।

ਵਾਹ ਮੇਰੀ ਚਰਖੀ ਦੀ ਚਾਲ ।
ਚਰਖੀ ਉੱਤੇ ਨਠਦੀ ਮਾਲ੍ਹ ।
ਹੱਥੀ ਗੇੜੇ ਖਾਂਦੀ ਏ ।
ਛੱਲੀ ਪਈ ਬਣਾਂਦੀ ਏ ।
ਏਦਾਂ ਕੱਤ ਲਵਾਂਗੀ ਰੂੰ ।
ਘੂੰ ਘੂੰ, ਘੂੰ ਘੂੰ, ਘੂੰ ਘੂੰ, ਘੂੰ ।

ਆ ਨੀ ਨਾਮ੍ਹੋ ਛੋਪੇ ਪਾ ।
ਕਤੀਏ ਦੋਵੇਂ ਸ਼ਰਤਾਂ ਲਾ ।
ਗੋਹੜੇ ਦਈਏ ਸਭ ਮੁਕਾ ।
ਖੇਸੀ ਚਦਰ ਲਈਂ ਉਣਾ ।
ਚਰਖੀ ਮਾਂ ਤੋਂ ਲੈ ਆ ਤੂੰ ।
ਆ ਨੀ ਲਾਈਏ ਘੂੰ ਘੂੰ ਘੂੰ ।

8. ਹਾਥੀ

ਵਾਹ ਵਾਹ ਇਹ ਹੈ ਕੈਸੀ ਮੂਰਤ ।
ਉਚੀ ਮੋਟੀ ਭਾਰੀ ਸੂਰਤ ।
ਲਤਾਂ ਥੰਮ ਚਾਰ ਹਨ ਦਿਸਦੇ ।
ਪਖੇ ਵਾਂਙ ਕੰਨ ਹਨ ਇਸਦੇ ।
ਨਾਗ ਵਾਂਙ ਸੁੰਡ ਕੁੰਡਲ ਮਾਰੇ ।
ਪਰ ਅਖੀਆਂ ਹਨ ਨਿਕੇ ਤਾਰੇ ।
ਛੋਟੀ ਪੂਛਲ ਵੱਡਾ ਕਦ ।
ਰਬ ਨੇ ਇਹ ਬਣਾਇਆ ਹੱਦ ।
ਜਾਪੇ ਕਾਲਾ ਜਿਹਾ ਪਹਾੜ ।
ਬੋਲੇ ਜਦ ਇਹ ਖ਼ੂਬ ਚਿੰਘਾੜ ।
ਸਭ ਨੂੰ ਇਹਦੀ ਅਵਾਜ਼ ਡਰਾਵੇ ।
ਖਲਾ ਅਨ੍ਹੇਰਾ ਨਜ਼ਰੀ ਆਵੇ ।
ਵੇਖੋ ਰਬ ਦੀ ਕੁਦਰਤ ਕੀ ।
ਕੈਸਾ ਅਜਬ ਬਣਾਇਆ ਜੀ ।
ਪੋਨੇ ਗੰਨੇ, ਇਸ ਨੂੰ ਭਾਂਦੇ ।
ਰੋਜ ਮਹਾਵਤ ਇਸ ਨੂੰ ਪਾਂਦੇ ।
ਲੰਮੇ ਲੰਮੇ ਇਸ ਦੇ ਦੰਦ ।
ਚਮਕਣ ਜਿਉਂ ਦੁਤੀਏ ਦਾ ਚੰਦ ।
ਥਲਕੂੰ ਥਲਕੂੰ ਟੁਰਦਾ ਕਰਦਾ ।
ਹਰ ਕੋਈ ਹੈ ਇਸ ਤੋਂ ਡਰਦਾ ।
ਪਰ ਇਹ ਰਬ ਕੀ ਖੇਡ ਰਚਾਈ ।

ਕੀੜੀ ਇਸ ਦੀ ਮੌਤ ਬਣਾਈ ।
ਇਸ ਦੇ ਸੁੰਡ ਵਿਚ ਜਦ ਓਹ ਲੜਦੀ ।
ਸਤਿਆ ਮੁਕੇ ਇਸਦੇ ਧੜ ਦੀ ।
ਇਹ ਪਲ ਵਿਚ ਹੋ ਜਾਂਦਾ ਮੁਰਦਾ ।
ਇੱਕ ਪੈਰ ਨਹੀਂ ਫਿਰ ਇਹ ਟੁਰਦਾ ।

9. ਮੀਂਹ

ਔਹ ਵੇਖੋ ਬੱਦਲ ਆਏ ।
ਪਾਣੀ ਭਰ ਕਿਤੋਂ ਲਿਆਏ ।
ਉਹਨਾਂ ਦਾ ਰੰਗ ਨਿਰਾਲਾ ।
ਭੂਰਾ ਤੇ ਨੀਲਾ ਕਾਲਾ ।
ਲੱਖਾਂ ਈ ਵੇਸ ਵਟਾਂਦੇ ।
ਹਾਥੀ ਘੋੜੇ ਬਣ ਜਾਂਦੇ ।
ਕਹੀ ਬਿਜਲੀ ਚਮਕ ਵਿਖਾਂਦੀ ।
ਝਮ ਝਮ ਕਰ ਕੇ ਲੁਕ ਜਾਂਦੀ ।
ਬੱਦਲ ਪਏ ਗੜ ਗੜ ਗੱਜਣ ।
ਪਏ ਜਿਵੇਂ ਨਗਾਰੇ ਵੱਜਣ ।
ਪਿਆ ਮੋਰ ਪੈਲ ਅੱਜ ਪਾਵੇ ।
ਪੀ ਪੀ ਪਪੀਹਾ ਗਾਵੇ ।
ਠੰਢਕ ਖੇਤਾਂ ਤੇ ਛਾਈ ।
ਹਰ ਥਾਂ ਉੱਗੀ ਹਰਿਆਈ ।
ਸਭ ਥਾਂ ਖ਼ੁਸ਼ਹਾਲੀ ਵੱਸੀ ।
ਸਭ ਸਾੜ ਧਰਤ ਦੀ ਨੱਸੀ ।
ਹੁਣ ਬੜੇ ਹੋਣਗੇ ਦਾਣੇ ।
ਖਾ ਦੁਨੀਆਂ ਮੌਜਾਂ ਮਾਣੇ ।

10. ਤਾਰੇ

ਔਹ ਝਮ ਝਮ ਕਰਦੇ ਤਾਰੇ ।
ਲਗਦੇ ਨੇ ਪਿਆਰੇ ਪਿਆਰੇ ।
ਅੰਬਰ ਤੇ ਕਿਤਨੇ ਛਾ ਗਏ ?
ਕਿੱਥੋਂ ਇਹ ਇਤਨੇ ਆ ਗਏ ?
ਸਾਡੇ ਦਿਲ ਵਿਚ ਇਹ ਆਈ ।
ਇਹ ਚੰਦ ਦੀ ਜੰਞ ਸੁਹਾਈ ।
ਮੋਤੀ ਹਨ ਕਿਸੇ ਲੁਟਾਏ ।
ਹੀਰੇ ਹਨ ਕਿਸੇ ਵਰ੍ਹਾਏ ।
ਜੇ ਦਸ ਵੀਹ ਚੁਗ ਲੈ ਆਈਏ ।
ਤਦ ਹਾਰ ਪ੍ਰੋ ਗਲ ਪਾਈਏ ।
ਲਉ ਵੇਖੋ ਔਹ ਚੰਨ ਆਇਆ ।
ਜਿਸ ਸਭ ਨੂੰ ਫਿੱਕਾ ਪਾਇਆ ।

11. ਲੋਰੀ

ਚੁਪ ਕਰ ਮੇਰੇ ਵੀਰ ਪਿਆਰੇ ।
ਜਾਵਾਂ ਤੈਥੋਂ ਸਦਕੇ ਵਾਰੇ ।
ਖੇਡ ! ਖੇਡ ! ਮੈਂ ਵਾਰੀ ਘੋਲੀ ।
ਸੂਰਤ ਤੇਰੀ ਬੀਬੀ ਭੋਲੀ ।
ਮੈਂ ਗਾਵਾਂਗੀ ਘੋੜੀ ਤੇਰੀ ।
ਤੂੰ ਚੁੱਕੇਂਗਾ ਡੋਲੀ ਮੇਰੀ ।
ਬੀਬਾ ਵੀਰਾ ਅੰਮੀਂ ਜਾਇਆ ।

ਵੇਖ ! ਵੇਖ ! ਔਹ ਕੁੱਤੂ ਆਇਆ ।
ਮੇਰਾ ਸੁਹਣਾ, ਮੇਰਾ ਲਾਲ !
ਆਹ ਲੈ ਖੇਡ, ਖਿਦੋ ਦੇ ਨਾਲ ।
ਆ ਜਾ ਦੋਵੇਂ ਗਿੱਧਾ ਪਾਈਏ ।
ਨੱਚੀਏ, ਟੱਪੀਏ, ਹੱਸੀਏ ਗਾਈਏ ।

12. ਓ ਹਲਵਾਈ

ਓ ਹਲਵਾਈ ਓ ਹਲਵਾਈ ।
ਵਾਹ ਵਾਹ ਤੂੰ ਦੁਕਾਨ ਸਜਾਈ ।
ਭਾਂਤੋ ਭਾਂਤ ਬਣੀ ਮਠਿਆਈ ।
ਥਾਲਾਂ ਵਿਚ ਪਾ ਖ਼ੂਬ ਟਿਕਾਈ ।
ਨਾਲ ਤਰੀਕੇ ਥਾਲ ਸਵਾਰੇ ।
ਖ਼ੂਬ ਬਣਾਏ ਮਹਿਲ ਮੁਨਾਰੇ ।
ਵਾਹ ਵਾਹ ਸੋਹਣਾ ਰੰਗ ਵਿਖਾਇਆ ।
ਮਠਿਆਈ ਦਾ ਸ਼ਹਿਰ ਵਸਾਇਆ ।
ਲਡੂ ਬਰਫ਼ੀ ਵਿਚ ਵਸਾਏ ।
ਬੂੰਦੀ ਦੇ ਹਨ ਬੋਹਲ ਲਗਾਏ ।
ਲੰਮੇ ਲੰਮੇ ਸ਼ਕਰ ਪਾਰੇ ।
ਉਹ ਤੂੰ ਪਹਿਰੇਦਾਰ ਖਲਾਰੇ ।
ਜੋੜ ਜਲੇਬੀ ਕਿਲਾ, ਬਣਾਇਆ ।
ਮੇਸੂ ਨੂੰ ਤੂੰ ਪਾਸ ਬਹਾਇਆ ।
ਪੇੜੇ, ਤੇ ਰਸ-ਗੁੱਲੇ, ਤੇਰੇ ।
ਵਾਹ ਵਾਹ ਮਨ ਭਾਂਦੇ ਨੇ ਮੇਰੇ ।
ਕੀ ਭਾ ਹੈਣ ਦਸ ਨਾ ਮੱਠੀਆਂ ।
ਕਿਦਾਂ ਦੇਵੇਂਗਾ ਤੂੰ ਕੱਠੀਆਂ ।
ਕਹਿੰਦਾ ਨਹੀਂ ਉਧਾਰੇ ਦੇਹ ।
ਸਸਤੇ ਨੇ ਤਾਂ ਸਾਰੇ ਦੇਹ ।
ਮੇਰਾ ਨਕਦੋ ਨਕਦ ਵਪਾਰ ।
ਦੇਹ ਮਠਿਆਈ ਮੈਨੂੰ ਯਾਰ ।

13. ਗੋਗੜ ਮੱਲ

ਗੋਗੜ ਮੱਲ ਜੀ ਗੋਗੜ ਮੱਲ ।

ਵਡੇ ਮੱਟ ਦਾ ਵਡਾ ਵੀਰ,
ਫੁਲਿਆ ਹੋਇਆ ਜਿਵੇਂ ਪਨੀਰ ।
ਹਲਵੇ ਕੱਦੂ ਤੋਂ ਸਿਰ ਭਾਰਾ,
ਨਿਕੇ ਕੰਨ ਪਰ ਅਜਬ ਨਜ਼ਾਰਾ ।
ਅਖਾਂ ਦੇਵਣ ਛੇਕ ਵਿਖਾਲੀ,
ਦੰਦ ਬੁਲ੍ਹਾਂ ਦੀ ਸ਼ਾਨ ਨਿਰਾਲੀ ।
ਰੂੰ ਦੇ ਬੋਰੇ ਵਰਗਾ ਪੇਟ,
ਸਤਰ ਫੁਲਕੇ ਲਏ ਸਮੇਟ ।
ਔਹ ਜਾਂਦਾ ਵੇਖੋ ਉਸ ਵਲ,
ਗੋਗੜ ਮੱਲ ਜੀ ਗੋਗੜ ਮੱਲ ।

ਗੋਗੜ ਇਸਦੀ ਦਾ ਕੀ ਕਹਿਣਾ,
ਔਖਾ ਇਸਨੂੰ ਉਠਣਾ ਬਹਿਣਾ ।
ਜੇ ਕੋਈ ਚੀਜ ਪਏ ਡਿਗ ਅੱਗੇ,
ਗੋਗੜ ਮੱਲ ਨੂੰ ਪਤਾ ਨਾ ਲੱਗੇ ।
ਜੇ ਭਜੇ ਤਾਂ ਭਜ ਨਹੀਂ ਸਕਦਾ,

ਖਾਣ ਲਗੇ ਤਾਂ ਰਜ ਨਹੀਂ ਸਕਦਾ ।
ਜਿਸ ਮੰਜੇ ਉੱਤੇ ਬਹਿ ਜਾਵੇ,
ਕੜ ਕੜ ਕਰ ਹੀਆਂ ਕੜਕਾਵੇ ।
ਪਾਵੇ ਟੁੱਟਣ ਖਾਣ ਕੁੜੱਲ,
ਗੋਗੜ ਮੱਲ ਜੀ ਗੋਗੜ ਮੱਲ ।

ਗੋਗੜ ਮੱਲ ਜਾਂ ਫਿਰ ਘਰ ਆਵੇ,
ਨਵੀਂ ਤਰ੍ਹਾਂ ਦੇ ਰੰਗ ਵਿਖਾਵੇ ।
ਬਾਲ ਅੰਜਾਣੇ ਭੋਲੇ ਭਾਲੇ,
ਹੁੰਦੇ ਇਸਦੇ ਆਣ ਦਵਾਲੇ ।
ਪਰ ਜੋ ਇਸਦੇ ਅੱਗੇ ਆਵਣ,
ਗੋਗੜ ਹੇਠਾਂ ਉਹ ਛੁਪ ਜਾਵਣ ।
ਪਏ ਬੁਲਾਵਣ ਗੋਗੜ ਮੱਲ ਨੂੰ,
ਏਹ ਵੀ ਵੇਖੇ ਹੇਠਾਂ ਵਲ ਨੂੰ ।
ਪਰ ਗੋਗੜ ਨੇ ਬਾਲ ਲੁਕਾਏ,
ਇਸ ਨੂੰ ਕੁਝ ਨਾ ਨਜ਼ਰੀ ਆਏ ।
ਗੋਗੜ ਹੇਠ ਖਲੋਤੇ ਬਾਲ,
ਵੇਖਣ ਬੜੀ ਹਰਾਨੀ ਨਾਲ ।
ਲਮਕੀ ਗੋਗੜ ਨੂੰ ਹੱਥ ਲਾਵਣ,
ਖ਼ੁਸ਼ ਹੋਵਣ ਤੇ ਨੱਚਣ ਗਾਵਣ ।
ਗਿੱਧੇ ਦੀ ਪਾਵਣ ਤੜਥੱਲ ,
ਗੋਗੜ ਮੱਲ ਜੀ ਗੋਗੜ ਮੱਲ ।

ਬੀਬਾ ਜੀ ! ਨਾ ਹੋਵੋ ਹਰਾਨ ।
ਮੇਰੀ ਗੱਲ ਵਲ ਕਰੋ ਧਿਆਨ ।
ਜੇਕਰ ਇਹ ਨਾ ਆਲਸ ਕਰਦਾ,
ਹਿੱਲਣ ਜੁੱਲਣ ਤੋਂ ਨਾ ਡਰਦਾ ।
ਮਾਲਸ਼ ਕਰਦਾ ਮਲਦਾ ਤੇਲ,
ਕਸਰਤ ਕਰਦਾ ਇਹ ਡੰਡ ਪੇਲ ।
ਰੋਜ ਬੈਠਕਾਂ ਕਢਦਾ ਰਹਿੰਦਾ,
ਰੋਜ ਸਵੇਰੇ ਉਠਦਾ ਬਹਿੰਦਾ ।
ਤੜਕੇ ਉਠਕੇ ਕਰਦਾ ਸੈਰ,
ਕਰਦੇ ਪੰਧ ਜੇ ਇਸਦੇ ਪੈਰ ।
ਵਾਂਙ ਖਮੀਰ ਕਦੇ ਨਾ ਫੁਲਦਾ,
ਜੇ ਇਹ ਜਾ ਅਖਾੜੇ ਘੁਲਦਾ ।
ਫਿਰ ਨਾ ਅਜ ਇਹ ਹੋਂਦੀ ਗੱਲ,
ਪੈਂਦੀ ਇਸਦੀ ਮੂਲ ਨਾ ਅੱਲ ।
ਖਿਲੀ ਤੁਸੀਂ ਨਾ ਪਾਂਦੇ ਰਲ,
ਗੋਗੜ ਮੱਲ ਜੀ ਗੋਗੜ ਮੱਲ ।

14. ਸ਼ਰਾਬੀ

ਵੇਖੋ ! ਔਹ ਸ਼ਰਾਬੀ ਆਇਆ ।
ਨਾਲੇ ਬੋਤਲ ਚੁੱਕ ਲਿਆਇਆ ।
ਔਹ ਵੇਖੋ ! ਫੜ ਇੱਕੋ ਵਾਰ੍ਹੀ ।
ਗਟ ਗਟ ਕਰ ਕੇ ਪੀ ਗਿਆ ਸਾਰੀ ।
ਝੂਟੇ ਖਾਂਦਾ, ਡਿਗਦਾ, ਢਹਿੰਦਾ ।
ਜੋ ਮੂੰਹ ਆਉਂਦਾ, ਜਾਂਦਾ ਕਹਿੰਦਾ ।
ਗੁੱਛਮ-ਗੁੱਛਾ ਹੋ ਕੇ ਕੱਠਾ ।
ਔਹ ਵੇਖੋ ! ਖਾ ਚੱਕਰ ਢੱਠਾ ।
ਲੱਥੀ ਪਗੜੀ, ਖੁੱਲ੍ਹੇ ਵਾਲ ।

ਕੈਆਂ ਕਰਦਾ ਭੈੜੇ ਹਾਲ ।
ਸੁਸਰੀ ਵਾਂਙੂ ਸੌਂ ਗਿਆ ਵੇਖੋ ।
ਸਿਰ ਮੂਰਖ ਦਾ ਭੌਂ ਗਿਆ ਵੇਖੋ ।
ਔਹ ਵੇਖੋ ! ਇਕ ਕੁੱਤਾ ਆ ਕੇ ।
ਮੂੰਹ ਚੱਟਦਾ ਸੂ ਮਾਰ ਪਚਾਕੇ ।
ਪਰ ਨਹੀਂ ਉਸ ਨੂੰ ਤਨ ਦੀ ਸਾਰ ।
ਖ਼ੂਬ ਪਿਆ ਹੈ ਨਿਸਲ ਨਿਸਾਰ ।
ਹੁਣ ਵੇਖੋ ਕੁੱਤੇ ਦੀ ਕਾਰ ।
ਮੂੰਹ ਨੂੰ ਚੱਟ ਕੇ ਜਾਂਦੀ ਵਾਰ ।
ਕੈਸੀ ਕਰ ਕਰਤੂਤ ਗਿਆ ਹੈ ।
ਉਸ ਦੇ ਮੂੰਹ ਤੇ ਮੂਤ ਗਿਆ ਹੈ ।
ਪਰ ਨਹੀਂ ਇਸ ਨੂੰ ਕੁੱਝ ਖ਼ਿਆਲ ।
ਕੀ ਬੀਤੀ ਹੈ, ਮੇਰੇ ਨਾਲ ।
ਦੇਖੋ ਮੂਰਖ ਦੀ ਮੱਤ ਮਾਰੀ ।
ਦਾਰੂ ਪੀ ਕੇ ਸੁਰਤ ਵਿਸਾਰੀ ।
ਪੈਸੇ ਅਪਣੇ ਪੱਲਿਓਂ ਲਾ ਕੇ,
ਰੁਲਦਾ ਹੈ, ਰਾਹਾਂ ਵਿਚ ਆ ਕੇ ।
ਬੀਬੇ ਬੱਚਿਓ ! ਜਿੱਥੇ ਜਾਓ ।
ਉੱਥੇ ਇਸ ਦੀ ਗੱਲ ਸੁਣਾਓ ।
ਨਾ ਕੋਈ ਮੂਰਖ ਬਣੇ ਸ਼ਰਾਬੀ ।
ਇਸ ਵਿਚ ਹੁੰਦੀ ਖੇਹ ਖਰਾਬੀ ।

15. ਜੇ ਤੂੰ ਚਾਹਵੇਂ

ਜੇ ਤੂੰ ਭਲਾ ਅਖਾਣਾ ਚਾਹਵੇਂ,
ਬੀਬਾ ਦਿਲ ਭਲਾਈ ਧਾਰ ।
ਜੇ ਤੂੰ ਦਾਨਾਂ ਬਣਨਾ ਲੋਚੇਂ,
ਚੁੱਭੀ ਸਰ ਵਿਦਿਆ ਵਿੱਚ ਮਾਰ ।
ਜੇ ਤੂੰ ਰਸ ਮਾਣਨਾ ਚਾਹਵੇਂ,
ਹਰ ਇੱਕ ਜੀ ਨੂੰ ਮਿੱਠਾ ਬੋਲ ।
ਜੇ ਤੂੰ ਸੱਚਾ ਬਣਨਾ ਚਾਹਵੇਂ,
ਝੂਠੇ ਵਸਣ ਨਾ ਦੇਵੀਂ ਕੋਲ ।
ਜੇ ਤੂੰ ਚਾਹਵੇਂ ਚਰਚਾ ਤੇਰੀ,
ਹੋਵੇ ਹਰ ਇਕ ਘਰ ਦੇ ਵਿੱਚ ।
ਤਾਂ ਫਿਰ ਬੀਬਾ ਦੇਸ ਵਤਨ ਲਈ,
ਸਦਕੇ ਹੋਣਾ ਸਮਝੀਂ ਟਿੱਚ ।
ਜੇ ਤੂੰ ਕੁਝ ਵੀ ਬਣਨਾ ਚਾਹਵੇਂ,
ਸੁਣ ਹੇ ਚੰਦ ! ਮਾਂ ਪਿਉ ਦੇ ਲਾਲ !
ਤਾਂ ਫਿਰ ਧੀਰਜ ਦਿਲੋਂ ਨਾ ਛੱਡੀਂ,
ਸੁਘੜ ਬਣੀ ਜਾ ਹਿੰਮਤ ਨਾਲ ।

16. ਬੀਬੀ ਰਾਣੀ

ਇਹ ਬੀਬੀ, ਬੀਬੀ ਰਾਣੀ ਏ ।
ਸਭ ਕਹਿੰਦੇ ਸੁਘੜ ਸਿਆਣੀ ਏ ।
ਇਹ ਦਿਲ ਮਨ ਲਾਕੇ ਪੜ੍ਹਦੀ ਏ ।
ਹਰ ਸਾਲ ਜਮਾਤੇ ਚੜ੍ਹਦੀ ਏ ।
ਜੀ ਜੀ ਨੂੰ, ਜੀ ਜੀ ਕਹਿੰਦੀ ਏ ।
ਭੁਲ ਕੇ ਨਾ ਵਿਹਲੀ ਬਹਿੰਦੀ ਏ ।
ਨਿਤ ਧੋਤੇ ਕਪੜੇ ਪਾਂਦੀ ਏ ।
ਨਿਤ ਮਾਂ ਦਾ ਹੱਥ ਵਟਾਂਦੀ ਏ ।

ਇਹ ਪਾਸ਼ੋ ਖਸਮਾਂ ਖਾਣੀ ਏ ।
ਇਹ ਨ੍ਹਾਮੋ ਬੀਬੀ ਰਾਣੀ ਏ ।
ਇਹ ਰੋਜ ਕੰਮ ਵਿਚ ਜੁੜਦੀ ਏ ।
ਕੁਝ ਪੜ੍ਹਦੀ ਹੈ ਕੁਝ ਗੁੜਦੀ ਏ ।
ਇਹ ਸਿਧੀ ਭੋਲੀ ਭਾਲੀ ਏ ।
ਉਹ ਕ੍ਰੋਧਨ ਦਿਲ ਦੀ ਕਾਲੀ ਏ ।
ਸਭ ਕਹਿੰਦੇ ਪਾਸ਼ੋ ਕਾਣੀ ਏ ।
ਪਰ ਨ੍ਹਾਮੋ ਸੁਘੜ ਸਿਆਣੀ ਏ ।

17. ਹਵਾ

ਮੈਂ ਚਲਦੀ ਹੀ ਨਿਤ ਰਹਿੰਦੀ ਹਾਂ ।
ਟਿੱਕ ਕੇ ਕਦੇ ਨਾ ਬਹਿੰਦੀ ਹਾਂ ।
ਜੇ ਦਮ ਲੈਣ ਲਈ ਰੁਕ ਜਾਂ ।
ਸਭ ਦਾ ਨੱਕ ਵਿਚ ਦਮ ਲਿਆਂ ।
ਹਰ ਥਾਂ ਮੈਨੂੰ ਪਾਂਦੇ ਹੋ ।
ਜੇ ਲੁਕ ਜਾਂ, ਘਬਰਾਂਦੇ ਹੋ ।
ਬਰਫ਼ ਵਾਂਙ ਵੀ ਹੋ ਜਾਵਾਂ ।
ਅਗ ਵੀ ਬਣ ਬਣ ਕੇ ਆਵਾਂ ।
ਕਰਦੀ ਆਵਾਂ ਜਾਂ ਸਾਂ ਸਾਂ ।
ਦੁਨੀਆਂ ਉੱਤੇ ਮੀਂਹ ਵਸਾਂ ।
ਬੂਟੇ ਢਾਹਵਾਂ ਨਜ਼ਰ ਨਾ ਆਂ ।
ਛੋਹ ਕੇ ਫੇਰ ਹਵਾ ਹੋ ਜਾਂ ।
ਇਹੋ ਮੇਰਾ ਹੈ ਸੁਭਾ ।
ਬੱਚਿਓ ! ਮੈਂ ਹਾਂ ਕੁੜੀ ਹਵਾ ।

18. ਅੱਜ ਵਿਸਾਖੀ ਏ

ਬੀਬੀ ਮਾਂ ! ਪਿਆਰੀ ਮਾਂ !
ਕਪੜੇ ਨਵੇਂ ਸਵਾ ਦੇ ਖਾਂ ।
ਪਾ ਕੇ ਮੈਂ ਮੇਲੇ ਤੇ ਜਾਂ ।
ਊਂ ਊਂ ਅੱਜ ਵਿਸਾਖੀ ਏ ।

ਜੀ ਵੇ ਪੁਤਰ ! ਜੁਗ ਜੁਗ ਜੀ ।
ਮੇਲੇ ਜਾ ਲੈਣਾ ਈ ਕੀ ?
ਡਾਢਾ ਭੀੜ ਭੜੱਕਾ ਈ ।
ਘਰ ਹੀ ਰਹੁ, ਮੈਂ ਸਦਕੇ ਲਾਲ !

ਬੀਬੀ ਮਾਂ ! ਪਿਆਰੀ ਮਾਂ !
ਪੈਸੇ ਦੇਹ ਮੈਂ ਖਰਚਾਂ ਖਾਂ ।
ਬਰਫ਼ੀ ਪੇੜੇ ਲੈ ਕੇ ਆਂ ।
ਹਾਂ ! ਹਾਂ !! ਅੱਜ ਵਿਸਾਖੀ ਏ ।

ਜੀ ਵੇ ਪੁਤਰ ! ਜੀ ਵੇ ਲਾਲ ।
ਚੰਗਾ ! ਜਾਵੀਂ ਭਾਈਏ ਨਾਲ ।
ਕੱਲੇ ਗਏ, ਗਵਾਚਣ ਬਾਲ ।
ਕੱਲਾ ਨਾ ਜਾ ਸਦਕੇ ਲਾਲ ।

ਬੀਬੀ ਮਾਂ ! ਪਿਆਰੀ ਮਾਂ !
ਪੀਲੀ ਪੱਗ ਰੰਗਾ ਦੇ ਖਾਂ ।
ਬੂਟ ਰੁਮਾਲ ਲਿਆ ਦੇ ਖਾਂ ।
ਵੇਖਾਂ ! ਅੱਜ ਵਿਸਾਖੀ ਏ ।

ਜੀ ਵੇ ਪੁਤਰ ! ਸਦਕੇ, ਆ !
ਪੱਗ ਲਈ ਸੀ ਕੱਲ੍ਹ ਰੰਗਾ ।
ਬੰਨ੍ਹ ਲੈ ਸਿਰ ਤੇ ਕੱਪੜੇ ਪਾ ।
ਆ ਫਿਰ ਲਗ ਜਾ ਹਿੱਕ ਦੇ ਨਾਲ ।

ਬੀਬੀ ਮਾਂ ! ਪਿਆਰੀ ਮਾਂ !
ਕਪੜੇ ਵੀ ਪਾ ਲਏ ਹੁਣ ਤਾਂ ।
ਦਸ ਨਾ, ਹੁਣ ਮੈਂ ਮੇਲੇ ਜਾਂ ?
ਵੇਖਾਂ ! ਅੱਜ ਵਿਸਾਖੀ ਏ ।

ਜਾ ਪੁੱਤਰ ! ਮੈਂ ਸਦਕੇ ਜਾਂ ।
ਪਰ ਇਹ ਗੱਲ ਭੁਲਾਵੀਂ ਨਾ ।
ਗੰਦ ਮੰਦ ਓਥੇ ਖਾਵੀਂ ਨਾ ।
ਘਰ ਮੁੜ ਆਵੀਂ ਵੇਲੇ ਨਾਲ ।

19. ਕਾਠ ਦਾ ਘੋੜਾ

ਵਾਹ ਵਾਹ ਜੀ, ਇਹ ਮੇਰਾ ਘੋੜਾ !
ਤਿੱਖਾ ਜੀ, ਇਹ ਉਡਣਾ ਲੋਹੜਾ ।
ਖੁਲ੍ਹੀਆਂ ਜੀ, ਇਹ ਦੌੜਾਂ ਲਾਵੇ ।
ਜਾਂਦਾ ਜੀ, ਇਹ ਹੱਥ ਨਾ ਆਵੇ ।
ਇਸ ਨੂੰ ਜੀ, ਮੈਂ ਜਦ ਵੀ ਚਾਹਵਾਂ ।
ਦੁੜਕੀ ਜੀ, ਮੈਂ ਖ਼ੂਬ ਦੁੜਾਵਾਂ ।
ਤੁਰਦਾ ਜੀ, ਇਹ ਬੰਜਰ ਰੋੜੇ ।
ਖੜ ਤੋਂ ਜੀ, ਇਹ ਟਪ ਟਪ ਦੌੜੇ ।
ਰਹਿੰਦਾ ਜੀ, ਇਹ ਸਦਾ ਅਲਾਣਾ ।
ਖਾਂਦਾ ਜੀ, ਇਹ ਘਾਹ ਤੇ ਦਾਣਾ ।
ਦੁੜਕੀ ਜੀ, ਪੋਈਏ ਦੀਆਂ ਚਾਲਾਂ ।
ਜਾਣੇ ਜੀ, ਇਹ ਟਾਪ ਰਵਾਲਾਂ ।
ਲੱਤਾਂ ਜੀ, ਨਹੀਂ ਇਸਨੂੰ ਲੱਗੀਆਂ ।
ਅੱਖਾਂ ਜੀ ਹਨ, ਨਿਰੀਆਂ ਠੱਗੀਆਂ ।
ਲੰਮਾ ਜੀ, ਇਹ ਲੰਮ ਸਲੰਮਾ ।
ਰਹਿੰਦਾ ਜੀ, ਨਾ ਕਦੇ ਨਿਕੰਮਾ ।
ਬਣਿਆ ਜੀ, ਇਹ ਕਾਠ ਕਠੋੜਾ ।
ਆਹਾ ਜੀ, ਇਹ ਕਾਠੀ-ਘੋੜਾ ।

20. ਝੂਠਾ

ਝੂਠੇ ਦਾ ਇਤਬਾਰ, ਕਰਦਾ ਕੋਈ ਨਾ ।
ਝੂਠੇ ਨਾਲ ਪਿਆਰ, ਕਰਦਾ ਕੋਈ ਨਾ ।
ਝੂਠਾ ਰੱਬ ਦੇ ਦਵਾਰ, ਮੂੰਹ ਮੂੰਹ ਖਾਂਵਦਾ ।
ਝੂਠੇ ਨੂੰ ਕਰਤਾਰ, ਮੂੰਹ ਨਹੀਂ ਲਾਂਵਦਾ ।
ਝੂਠਾ ਵਣਜ ਵਿਹਾਰ, ਦੋ ਦਿਨ ਚੱਲਦਾ ।
ਝੂਠਾ ਮਿਤਰ ਯਾਰ, ਮਿਟੀ ਰੱਲਦਾ ।
ਬੀਬਾ ਕਰ ਇਕਰਾਰ, ਝੂਠ ਨਾ ਬੋਲਣਾ ।
ਬਣਕੇ ਬੇ-ਇਤਬਾਰ, ਮਨ ਨਾ ਰੋਲਣਾ ।

DEVOTIONAL SONGS

by Bhai Veer Singh

ਬਿਜਲੀਆਂ ਦੇ ਹਾਰ ਭਾਈ ਵੀਰ ਸਿੰਘ

1. ਸਮਾਂ

ਰਹੀ ਵਾਸਤੇ ਘੱਤ
"ਸਮੇਂ" ਨੇ ਇੱਕ ਨਾ ਮੰਨੀ,
ਫੜ ਫੜ ਰਹੀ ਧਰੀਕ
"ਸਮੇਂ" ਖਿਸਕਾਈ ਕੰਨੀ,
ਕਿਵੇਂ ਨ ਸੱਕੀ ਰੋਕ
ਅਟਕ ਜੋ ਪਾਈ ਭੰਨੀ,
ਤ੍ਰਿੱਖੇ ਅਪਣੇ ਵੇਗ
ਗਿਆ ਟੱਪ ਬੰਨੇ ਬੰਨੀ, -

ਹੇ ! ਅਜੇ ਸੰਭਾਲ ਇਸ "ਸਮੇਂ" ਨੂੰ
ਕਰ ਸਫਲ ਉਡੰਦਾ ਜਾਂਵਦਾ,
ਇਹ ਠਹਿਰਨ ਜਾਚ ਨ ਜਾਣਦਾ
ਲੰਘ ਗਿਆ ਨ ਮੁੜਕੇ ਆਂਵਦਾ ।

2. ਉਡੀਕ

ਆਖ ਗਿਆ ਢੋਲਾ ਲੌਢੇ ਪਹਿਰ ਆਸਾਂ,
ਲੌਢਾ-ਪਹਿਰ ਆਇਆ, ਢੋਲਾ ਨਹੀਂ ਆਇਆ !
ਆਖ ਘੱਲਿਓ ਸੂ ਸੰਝਾਂ ਪਈ ਆਸਾਂ
ਸੰਝਾਂ ਸਮਾਂ ਆਇਆ, ਢੋਲਾ ਨਹੀਂ ਆਇਆ ।
ਗਿਣਤੀ ਗਿਣਦਿਆਂ ਨੂੰ ਰਾਤ ਬੀਤ ਲੱਥੀ,
ਬੱਗਾ ਦੇਹੁੰ ਆਇਆ, ਢੋਲਾ ਨਹੀਂ ਆਇਆ !
ਬੱਦਲ ਮੁਲਖਾਂ ਦੇ ਜੁੜੇ ਮੀਂਹ ਆਣ ਲੱਥੇ,
ਅਜੇ ਨਹੀਂ ਆਇਆ, ਢੋਲਾ ਨਹੀਂ ਆਇਆ !

3. ਫੁੱਲ

ਕੱਲ੍ਹ ਡਿੱਠਾ ਮੈਂ ਫੁੱਲ ਬਨਫਸ਼ਾ,
ਉਸ ਲੜ ਹਕੀਮ ਦਾ ਫੜਿਆ,
ਆਖੇ: "ਸਾਨੂੰ ਦੇਸ਼ ਹੁਸਨ ਤੋਂ
ਦਸ ਕਿਉਂ ਤੂੰ ਨਿਤ ਫੜ ਖੜਿਆ ?
ਭੰ◌ੇਵੇਂ, ਮਲੇਂ, ਬਨਾਵੇਂ ਕਾਹੜੇ,
ਸਭ ਮਾਰ ਸੁੰਦਰਤਾ ਸੱਟੇਂ !
ਹੁਸਨਾਂ ਦੇ ਸੁਲਤਾਨ ਸ਼ਾਹ ਤੋਂ
ਉਇ ਕਿਉਂ ਤੂੰ ਕਦੇ ਨ ਡਰਿਆ ?"

4. ਅੱਜ

"ਕੱਲ੍ਹ" ਚੁੱਕੀ ਹੈ ਬੀਤ
ਵੱਸ ਤੋਂ ਦੂਰ ਨਸਾਈ,
"ਭਲਕ" ਅਜੇ ਹੈ ਦੂਰ
ਨਹੀਂ ਵਿਚ ਹੱਥਾਂ ਆਈ,
"ਅੱਜ" ਅਸਾਡੇ ਕੋਲ
ਵਿੱਚ ਪਰ ਫ਼ਿਕਰਾਂ ਲਾਈ,
"ਕੱਲ੍ਹ" "ਭਲਕ" ਨੂੰ ਸੋਚ
"ਅੱਜ" ਇਹ ਮੁਫ਼ਤ ਗੁਆਈ ।

ਹੇ ! ਸੰਭਲ ਸੰਭਾਲ ਇਸ ਅੱਜ ਨੂੰ,
ਇਹ ਬੀਤੇ "ਮਹਾਂ ਰਸ" ਪੀਂਦਿਆਂ,
"ਹਰਿ ਰਸ" ਵਿਚ ਮੱਤੇ ਖੀਵਿਆਂ,
"ਹਰਿਰੰਗ", "ਹਰਿਕੀਰਤ" ਚਉਂਦਿਆਂ ।

5. ਰਸ-ਰੱਤਿਆਂ ਦੀ ਖੋਜ

ਸਾਨੂੰ ਰਮਜ਼ ਮਿਲੀ ਸਰਕਾਰੋਂ,
ਇਕ ਸੈਨਤ ਧੁਰ ਸਰਕਾਰੋਂ-
ਇਕ ਸੈਨਤ ਧੁਰ ਦਰਬਾਰੋਂ,
ਇਕ ਭੇਤ ਧੁਰ ਦਰਬਾਰੋਂ ।
ਇਸ ਸੈਨਤ ਸੋਝੀ ਪਾਈ,
ਇਸ ਸੋਝੀ ਨੇ ਹੋਸ਼ ਗੁਆਈ,
ਇਕ ਲਟਕ ਬਿਹੋਸ਼ੀ ਦੀ ਲਾਈ,
ਇਕ ਮਟਕ ਉਡਾਰੀ ਦੀ ਆਈ,
ਇਕ ਝੂੰਮ ਛਿੜੀ ਰਸਭਿੱਨੀ,
ਇਕ ਖਿਰਨ ਛਿੜੀ ਰੰਗ ਵੰਨੀ,
ਇਕ ਝਰਨ ਝਰਨ ਝਰਨਾਈ,
ਕੁਛ ਥਰਰ ਥਰਰ ਥਰਰਾਈ,
ਜਿਵੇਂ ਠਾਠ-ਤਰਬ ਥਰਰਾਂਦਾ,
ਰਸ ਭਰਿਆ ਰਸ ਬਣ ਜਾਂਦਾ ।
ਵੇ ਮੈਂ ਕਮਲੀ ਕਮਲੀ ਹੋਈ,
ਜਿਉਂ ਤਰਬ ਕੰਬਦੀ ਕੋਈ ।
ਕੋਈ ਪੁੱਛੇ ਤਾਂ ਤਾਰ ਕੀ ਬੋਲੇ,
ਦਿਲ ਭੇਤ ਨੂੰ ਤਾਰ ਕੀ ਖੋਲ੍ਹੇ ?
ਉਹ ਤੇ ਥਰਰ ਥਰਰ ਥਰਰਾਂਦੀ,
ਰਸ ਹੋ ਰਸ ਬੋਲ ਰਸਾਂਦੀ ।
ਵੇ ਜੋ ਰੂਪ ਰਾਗ ਦਾ ਹੋਏ,
ਮੀਂਡ ਵਾਂਗ ਓ ਖਿੱਚ ਖਿਚੋਏ ।
ਪੰਛੀ-ਮਾਰਗ ਦੀ ਕੀ ਵੇ ਨਿਸ਼ਾਨੀ,
ਰਸ-ਰੱਤਿਆਂ ਦੀ ਖੋਜ ਮੁਕਾਨੀ ।
(ਤਰਬ=ਤਾਰ)

6. ਉੱਚੀ ਹੁਣ

"ਬੀਤ ਗਈ" ਦੀ ਯਾਦ
ਪਈ ਹੱਡਾਂ ਨੂੰ ਖਾਵੇ,
"ਔਣ ਵਾਲਿ" ਦਾ ਸਹਿਮ
ਜਾਨ ਨੂੰ ਪਿਆ ਸੁਕਾਵੇ,
"ਹੁਣ ਦੀ" ਛਿਨ ਨੂੰ ਸੋਚ
ਸਦਾ ਹੀ ਖਾਂਦੀ ਜਾਵੇ, -
"ਗਈ" ਤੇ "ਜਾਂਦੀ", "ਜਾਇ",

ਉਮਰ ਏ ਵਯਰਥ ਵਿਹਾਵੇ:

"ਯਾਦ" "ਸਹਿਮ" ਤੇ "ਸੋਚ" ਨੂੰ
ਹੇ "ਕਾਲ ਅਕਾਲ" ਸਦਾ ਤੂਹੀਂ !
ਤ੍ਰੈ ਕਾਲ ਭੁੱਲ ਤੋਂ ਕੱਢ ਕੇ
"ਹੁਣ ਉੱਚੀ" ਵਿਚ ਟਿਕਾ ਦਈਂ ।

7. ਮਹਿੰਦੀ ਦੇ ਬੂਟੇ ਕੋਲ

ਮਹਿੰਦੀਏ ਨੀ ਰੰਗ ਰੱਤੀਏ ਨੀ !
ਕਾਹਨੂੰ ਰਖਿਆ ਈ ਰੰਗ ਲੁਕਾ ਸਹੀਏ !
ਹੱਥ ਰੰਗ ਸਾਡੇ ਸ਼ਰਮਾਕਲੇ ਨੀ
ਵੰਨੀ ਅੱਜ ਸੁਹਾਗ ਦੀ ਲਾ ਲਈਏ,
ਗਿੱਧੇ ਮਾਰਦੇ ਸਾਂ ਜਿਨ੍ਹਾਂ ਨਾਲ ਹੱਥਾਂ
ਰੰਗ ਰੱਤੜੇ ਦੇ ਗਲੇ ਪਾ ਦੇਈਏ, -
ਗਲ ਪਾ ਗਲਵੱਕੜੀ ਖੁਹਲੀਏ ਨਾ,
ਰੰਗ ਲਾ ਰੰਗ-ਰੱਤੜੇ ਸਦਾ ਰਹੀਏ ।

8. ਹਉਂ ਤੇ ਸੱਚ ਮੁੱਚ

ਭੁੰਜੇ ਆਕੜ ਟੁਰਦਿਆ !
ਨਾ ਸਮਝੀਂ ਮੈਂ ਉੱਚਾ:
ਤੂੰ ਉੱਚਾ ਨਹੀਂ ਸੁਹਣਿਆਂ,
ਤੂੰ ਚੁੱਚਾ ਜਾਂ ਲੁੱਚਾ ।
ਛੱਤ ਉੱਤੇ ਚੜ੍ਹ ਬੈਠਿਆ !
ਨਾ ਸਮਝੀਂ ਮੈਂ ਨ ਉੱਚਾ
ਤੂੰ ਉੱਚੇ ਤੋਂ ਉੱਚਾ ਪਯਾਰੇ,
ਤੂੰ ਸੁੱਚੇ ਤੋਂ ਸੁੱਚਾ ।

9. ਧੋਬੀ

ਧੋਬੀ ਕਪੜੇ ਧੋਂਦਿਆ,
ਵੀਰਾ ਹੋ ਹੁਸ਼ਿਆਰ !
ਪਿਛਲੇ ਪਾਸਯੋਂ ਆ ਰਿਹਾ
ਮੂੰਹ ਅੱਡੀ ਸੰਸਾਰ ।

10. ਅਣਡਿੱਠਾ ਰਸ-ਦਾਤਾ

ਬੁੱਲ੍ਹਾਂ ਅਧਖੁੱਲ੍ਹਿਆਂ ਨੂੰ, ਹਾਇ
ਮੇਰੇ ਬੁੱਲ੍ਹਾਂ ਅਧਮੀਟਿਆਂ ਨੂੰ
ਛੁਹ ਗਿਆ ਨੀ, ਲਗ ਗਿਆ ਨੀ, -
ਕੌਣ, ਕੁਛ ਲਾ ਗਿਆ ?
ਸਵਾਦ ਨੀ ਅਗੰਮੀ ਆਇਆ
ਰਸ ਝਰਨਾਟ ਛਿੜੀ,
ਲੂੰ ਲੂੰ ਲਹਿਰ ਉੱਠਿਆ
ਤਾਂ ਕਾਂਬਾ ਮਿੱਠਾ ਆ ਗਿਆ ।
ਹੋਈ ਹਾਂ ਸੁਆਦ ਸਾਰੀ,
ਆਪੇ ਤੋਂ ਮੈਂ ਆਪ ਵਾਰੀ, -
ਐਸੀ ਰਸਭਰੀ ਹੋਈ
ਸਵਾਦ ਸਾਰੇ ਧਾ ਗਿਆ ।

ਹਾਏ, ਦਾਤਾ ਦਿੱਸਿਆ ਨਾ
ਸਵਾਦ ਜਿਨ੍ਹੇ ਦਿੱਤਾ ਅੇਸਾ,
ਦੇਂਦਾ ਰਸ-ਦਾਨ ਦਾਤਾ

ਆਪਾ ਕਿਉਂ ਲੁਕਾ ਗਿਆ ?

11. ਵਲਵਲਾ

ਜਿਨ੍ਹਾਂ ਉਚਯਾਈਆਂ ਉਤੋਂ
"ਬੁੱਧੀ" ਖੰਭ ਸਾੜ ਢੱਠੀ,
ਮੱਲੋ ਮੱਲੀ ਓਥੇ ਦਿਲ
ਮਾਰਦਾ ਉਡਾਰੀਆਂ;

ਪਯਾਲੇ ਅਣਡਿੱਠੇ ਨਾਲ
ਬੁੱਲ੍ਹ ਲੱਗ ਜਾਣ ਓਥੇ
ਰਸ ਤੇ ਸਰੂਰ ਚੜ੍ਹੇ
ਝੂੰਮਾਂ ਆਉਣ ਪਯਾਰੀਆਂ;

"ਗਯਾਨੀ" ਸਾਨੂੰ, ਹੋੜਦਾ ਤੇ
"ਵਹਿਮੀ ਢੋਲਾ" ਆਖਦਾ ਏ,
"ਮਾਰੇ ਗਏ ਜਿਨ੍ਹਾਂ ਲਾਈਆਂ
ਬੁੱਧੋਂ ਪਾਰ ਤਾਰੀਆਂ !"

" ਬੈਠ ਵੇ ਗਿਆਨੀ ! ਬੁੱਧੀ-
ਮੰਡਲੇ ਦੀ ਕੈਦ ਵਿੱਚ,
"ਵਲਵਲੇ ਦੇ ਦੇਸ਼" ਸਾਡੀਆਂ
ਲੱਗ ਗਈਆਂ ਯਾਰੀਆਂ ।"

12. ਤ੍ਰੇਲ ਦਾ ਤੁਪਕਾ

ਮੋਤੀ ਵਾਂਙੂ ਡਲ੍ਹਕਦਾ
ਤੁਪਕਾ ਇਹ ਜੋ ਤ੍ਰੇਲ
ਗੋਦੀ ਬੈਠ ਗੁਲਾਬ ਦੀ
ਹਸ ਹਸ ਕਰਦਾ ਕੇਲ;
ਵਾਸੀ ਦੇਸ਼ ਅਰੂਪ ਦਾ
ਕਰਦਾ ਪਯਾਰ ਅਪਾਰ,
ਰੂਪਵਾਨ ਹੈ ਹੋ ਗਿਆ
ਪਯਾਰੀ ਗੋਦ ਵਿਚਾਲ ।
ਅਰਸ਼ੀ ਕਿਰਨ ਇਕ ਆਵਸੀ,
ਲੈਸੀ ਏਸ ਲੁਕਾਇ,
ਝੋਕਾ ਮਤ ਕੁਈ ਪੌਣ ਦਾ
ਦੇਵੇ ਧਰਤਿ ਗਿਰਾਇ ।

ਨਿੱਤ ਪਯਾਰ ਖਿਚ ਲਯਾਂਵਦਾ
ਕਰੇ ਅਰੂਪੋਂ ਰੂਪ;
ਅਰਸ਼ੀ ਪ੍ਰੀਤਮ ਹੈ ਕੁਈ
ਨਿਤ ਫਿਰ ਕਰੇ ਅਰੂਪ ।

13. ਗਯਾਨ ਅਗਯਾਨ

ਕੁਛ ਜਾਣਿਆ ਆਖਿਆ ਜਾਣ ਲੀਤਾ,
ਕੋਈ ਨਾਉਂ ਬੀ ਆਪ ਬਣਾ ਲਿੱਤਾ,
ਧਯਾਨ ਓਸਦੇ ਵਿੱਚ ਨਾ ਰਤੀ ਰਹਿਆ,
ਆਲੇ ਭੁੱਲ ਦੇ ਵਿੱਚ ਟਿਕਾ ਦਿੱਤਾ,
ਜਦੋਂ ਬਹਿਸ ਹੋਵੇ, ਹਿਕੇ ਕਥਾ ਕਰਨੀ,
ਤਦੋਂ ਗਯਾਨ ਦਾ ਢੋਲ ਵਜਾ ਦਿੱਤਾ,
ਏਸ ਗਯਾਨ ਨਾਲੋਂ ਅਗਯਾਨ ਚੰਗਾ,
ਲਗਾਤਾਰ ਜੇ ਧਯਾਨ ਲਗਾ ਲਿੱਤਾ ।

ਕੁਛ ਜਾਣਿਆ ਕੇ ਕੁਛ ਜਾਣਿਆਂ ਨਾ,

ਨਾਉਂ ਧਰਨ ਦੀ ਜਾਚ ਨਾ ਰਤੀ ਆਈ,
ਕਰ ਲਿਆ ਪ੍ਰਤੀਤ ਪਰ ਅੰਦ੍ਰਲੇ ਨੇ,
ਇਥੇ "ਅਸਲ" ਹੈ ਅਸਲ, ਇਕ ਅਸਲ ਭਾਈ !
ਏਸ "ਅਸਲ" "ਅਨੰਤ" ਵਲ ਲੌ ਲਗੀ,
ਧਯਾਨ ਲਗਾਤਾਰ ਏਸ ਵਲ ਧਾਇਆ ਈ,
ਗਯਾਨ ਵਾਰ ਸੁੱਟੇ ਇਸ ਅਗਯਾਨ ਉੱਤੋਂ,
ਇਹ ਅਗਯਾਨ ਹੀ ਅਸਾਂ ਨੂੰ ਭਾਇਆ ਈ ।

14. ਮੋੜ ਨੈਣਾਂ ਦੀ ਵਾਗ ਵੇ

ਮੋੜ ਨੈਣਾਂ ਦੀ ਵਾਗ ਵੇ !
ਮਨ ਮੋੜ ਨੈਣਾਂ ਦੀ ਵਾਗ ਵੇ ।ਟੇਕ।
ਏਹ ਹਰਿਆਰੇ ਫਸ ਫਸ ਜਾਂਦੇ
ਰੂਪ ਫਬਨ ਦੇ ਬਾਗ਼ ਵੇ,
ਮੁੜ ਘਰ ਆਵਣ ਜਾਚ ਨ ਜਾਣਨ
ਮਿੱਠੇ ਮਖ ਦੇ ਵਾਂਗ ਵੇ,

ਨੈਣ ਨੈਣਾਂ ਵਿਚ ਘੁਲ ਮਿਲ ਜਾਂਦੇ
ਚਾਨਣ ਜਿਉਂ ਦੁ-ਚਰਾਗ਼ ਵੇ,
ਠਗ ਇਕ ਨੈਣ ਵਸਣ ਉਸ ਉਪਬਨ
ਨੈਣ ਜਿਵੇਂ ਠਗ ਨਾਗ ਵੇ, -

ਭੋਲੇ ਨੈਣ ਤੇਰੇ ਜੇ ਆਏ,
ਇਨ੍ਹ ਨੈਣਾਂ ਦੇ ਲਾਗ ਵੇ,
ਘੇਰ ਨੈਣਾਂ ਦੀ ਨੈਣ ਫਸਣਗੇ
ਨੈਂ ਨ ਸਕਣ ਏ ਝਾਗ ਵੇ,

ਨੈਣ ਨੈਣਾਂ ਵਿਚ ਫਸੇ ਨ ਨਿਕਲੇ
ਨੈਣ ਨੈਣਾਂ ਦਾ ਰਾਗ ਵੇ ।

ਮੋਹੇ ਨੈਣ ਮੋਹਿੰਦੇ ਦਿਲ ਨੂੰ
ਲਾਣ ਪ੍ਰੀਤ ਦਾ ਦਾਗ਼ ਵੇ,
ਦਾਗ਼ੇ ਗਏ ਸੁ ਮੁੜਨ ਨ ਪਿੱਛੇ
ਸਿਰ ਦੇ ਖੇਲਣ ਫਾਗ ਵੇ:

ਜੇ ਵੇ ਮਨਾਂ ਤੈਨੂੰ ਲੋੜ ਆਪਣੀ
ਮੋੜ ਨੈਣਾਂ ਦੀ ਵਾਗ ਵੇ !

ਜੇ ਛਬੀਆਂ ਤੋਂ ਅੰਮ੍ਰਿਤ ਖਿੱਚੇਂ
ਸਿੰਚੇਂ ਆਤਮ ਬਾਗ਼ ਵੇ,
ਖਿੜਿਆ ਦੇਖੇਂ ਅੰਮ੍ਰਿਤ ਸਾਰੇ
ਥਿਰਿਆ ਸੀਸ ਸੁਹਾਗ ਵੇ,
ਖੁੱਲ੍ਹੇ ਛਡਦੇ ਨੈਣ ਮਨਾਂ ਤੂੰ
ਮੋੜ ਨ ਨੈਣਾਂ ਵਾਗ ਵੇ:
ਫਿਰ ਮੋੜ ਨ ਨੈਣਾਂ ਵਾਗ ਵੇ !

15. ਨਾ ਹੋਇ ਉਹਲੇ

ਲੱਗੇ ਪਯਾਰ ਤਾਂ ਪਯਾਰੜਾ ਪਾਸ ਵੱਸੇ,
ਕਦੇ ਅੱਖੀਆਂ ਤੋਂ ਨਾ ਹੋਇ ਉਹਲੇ,
ਕਦੇ ਅੱਖੀਆਂ ਤੋਂ ਜੇ ਹੋਇ ਉਹਲੇ,
ਸੂਰਤ ਓਸਦੀ ਦਿਲੋਂ ਨਾ ਹੋਇ ਉਹਲੇ,
ਸੂਰਤ ਓਸਦੀ ਦਿਲੋਂ ਜੇ ਹੋਇ ਉਹਲੇ,
ਨਾਮ ਜੀਭ ਉਤੋਂ ਨਾ ਹੋਇ ਉਹਲੇ,
ਨਾਮ ਜੀਭ ਤੋਂ ਕਦੇ ਜਿ ਹੋਇ ਉਹਲੇ,
ਸੂਰਤ ਦੇਹ ਤੋਂ, ਸ਼ਾਲਾ ! ਤਦ ਹੋਇ ਉਹਲੇ ।

16. ਮੀਂਹ ਮੇਹਰ

ਕੋਈ ਆਖਦੇ ਮੀਂਹ ਵਿਚ ਵਰ੍ਹਨ ਮੁਹਲੇ,
ਕੋਈ ਆਖਦੇ ਵੱਸਦੇ ਸਵਾਨ ਬਿੱਲੇ
ਕੋਈ ਆਖਦੇ ਵਰ੍ਹੇ ਗੁਲਾਬ ਚੰਬਾ
ਕੋਈ ਆਖਦਾ ਕਣਕ ਤੇ ਵਰ੍ਹਨ ਛੋਲੇ,
ਕੋਈ ਧਰਤ ਅਸਮਾਨ ਦਾ ਵਯਾਹ ਦੱਸੇ,
ਬੱਦਲ ਬੋਲਦਾ ਗਾਉਂਦਾ ਕਹਿਨ ਸੁਹਲੇ:
ਐਪਰ ਪ੍ਰੀਤਮ ਜੀ ਆਖਦੇ "ਮੇਰ੍ਹ" ਵਰ੍ਹਦੀ,
ਮਿਹਰ "ਮੀਂਹ" ਉਹਦੀ, ਮੀਂਹ "ਮੇਰ੍ਹ" ਬੋਲੇ ।

17. ਦਰ ਢੱਠਿਆਂ ਦੀ ਕਦਰ

ਦਰ ਢੱਠਿਆਂ ਦੇ ਗੁਣਾਂ ਦੀ
ਕਦਰ ਨ ਪੈਂਦੀ ਯਾਰ:
ਗਲੇ ਪਏ ਫੁਲ-ਹਾਰ ਦੀ
ਭਾਸੇ ਨ ਮਹਿਕਾਰ ।

18. ਪੱਥਰ--ਸ਼ੀਸ਼ਾ--ਹੀਰਾ

ਮੈਂ ਪੱਥਰ ਸੁਖ ਨੀਂਦੇ ਸੁੱਤਾ,
ਵਿਚ ਸੁਫਨੇ ਕੁਈ ਸੁਣਾਵੇ:
ਬਣ ਹੀਰਾ, ਕਰ ਦੂਰ ਹਨੇਰਾ,
ਤੈਨੂੰ ਚਾਨਣ ਆ ਗਲ ਲਾਵੇ ।
ਆਪਾ ਪੀਹ, ਅੱਗ ਤਾਪ ਸਹਿ,
ਬਣ ਸ਼ੀਸ਼ਾ ਨੂਰ ਮੈਂ ਪਾਇਆ:
ਹੁਣ ਲੋਚਾਂ ਮੈਂ ਹੀਰਾ ਬਣਨਾ,
ਜੋ ਜ਼ਰਬ ਨ ਕੋਈ ਆਵੇ ।

19. ਕਮਲ ਗੋਦੀ ਵਿਚ ਤ੍ਰੇਲ ਮੋਤੀ

ਕਮਲ ਪੱਤ ਤੇ ਪਿਆ ਹਾਂ ਮੈਂ ਹਾਂ ਮੋਤੀ ਤ੍ਰੇਲ
ਝੂੰਮਾਂ ਜੀਕੂੰ ਨੀਰ ਤੇ ਪੱਤਾ ਕਰਦਾ ਕੇਲ, -
ਸੂਰਜ ਰਿਸ਼ਮ ਪੁਰੋਤੜਾ ਹੇਠਾਂ ਉਤਰਿਆ ਆਣ,
ਸੋਨੇ ਤਾਰ ਪੁਰੋਤੜੇ ਮੋਤੀ ਵਾਂਙੂੰ ਜਾਣ,
ਡਲ੍ਹਕਾਂ "ਗੋਦੀ-ਕਮਲ" ਮੈਂ ਚਮਕਾਂ ਤੇ ਥਰਰਾਉਂ,
ਜੀਕੂੰ ਖਿੜੀ ਸਵੇਰ ਦੀ ਕਿਰਨ ਦਏ ਲਹਿਰਾਉ ।
ਭਾਗ ਭਰੇ ਜਿਸ ਹੱਥ ਨੇ ਪਲਮਾਇਆ ਮੈਂ ਹੇਠ,
ਸਭ ਨੂਰਾਂ ਦਾ ਹੱਥ ਉਹ ਕਾਦਰ, ਮਾਲਕ, ਸੇਠ,
ਉਹੋ ਸੁਹਾਵਾ ਹੱਥ ਹੈ ਸ਼ਾਹ ਮੇਰੇ ਦਾ ਹੱਥ,
ਸਾਰੇ ਹੱਥ ਉਸ ਹੱਥ ਦੇ ਰਹਿੰਦੇ ਹੇਠਾਂ ਹੱਥ;
ਕਮਲ ਗੋਦ ਅੱਜ ਖੇਡਦਾ ਰਖਿਆ ਮੈਂ ਉਸ ਹੱਥ,
ਕਲ ਪਰ ਗੋਦੀ ਓਸਦੀ ਖੇਡਾਂਗਾ ਛਡ ਵਿੱਥ:
ਘੱਲੇ, ਸੱਦੇ ਪਾਤਸ਼ਾਹ, ਏਥੇ ਓਥੇ ਆਪ, -
ਅਮਰ ਖੇਡ ਮੈਂ ਓਸਦੀ ਖੇਡ ਖਿਡਾਵੇ ਬਾਪ ।

20. ਭੰਬੀਰੀ

ਮੈਂ ਸੁੰਡੀ ਸਾਂ ਭੁੰਞੇ ਰੁਲਦੀ
ਕੀੜਓਂ ਵੱਧ ਨਿਕਾਰੀ,
ਮੈਨੂੰ ਗਯਾਤ ਫੁਰੀ: ਹਾਂ ਮੈਂ ਭੀ
ਜੋਤ ਸੁੰਦਰਤਾ ਸਾਰੀ,
ਏਸ ਖੁਸ਼ੀ ਬੇਹੋਸ਼ ਹੋ ਗਈ,
ਮੁੜੀ ਹੋਸ਼ ਕੀ ਵੇਖਾਂ ?
ਨਿਕਲ ਪਏ ਪਰ ਮੀਨਾਕਾਰੀ,
ਵਾਸ ਫੁੱਲਾਂ ਦੀ ਵਾੜੀ !

OTHER BOOKS by RATNAKAR NARALE

www.ingramcontent.com/pod-product-compliance
Lightning Source LLC
Chambersburg PA
CBHW081116080526
44587CB00021B/3622
* 9 7 8 1 8 9 7 4 1 6 9 6 9 *